# भेट एक वळण

## नवी सुरुवात

पल्लवी चव्हाण

स्व. शरद पांडूरंग पवार

१९८२–२०२१

दोन शब्द

हे असाध्य कार्य साध्य करण्यात, माझ्या परिवाराची, बहिणींची, मित्रपरिवाराची खूप मदत झाली. त्याबद्दल आपले विनम्र आभार.

मुक्ता घरातून सगळं आवरून नजीकच्या मंदिरात आली तिथूनच ती ऑफिसला जाणार होती. मुक्ताचा दर गुरुवारचा मंदिरात येण्याचा हा शिरस्ता होता. आधीच तिला जरा उशीर झाला होता आणि नेहमीपेक्षा आज जरा जास्त गर्दी होती म्हणून काहीशी वैतागून तिने दर्शन घेतलं आणि देवासमोर थोडा वेळ बसावं म्हणून गाभाऱ्यात चिंतन करत बसली. देवळात बसून मुक्ताला आलेला सारा त्राण क्षणभर का होईना निघून जायचा. मुक्तासाठी इथे येणं तिची गरज होती. देवाकडे ती नेहमी स्वतःला अजून खंबीर बनवण्याची प्रार्थना करायची. मुक्ताच्या आयुष्यातल्या साऱ्या वादळांना ती एकटीच स्थिरपणे सामोरं जात होती. आणि आता तर तिला सगळ्याची सवयच झाली होती. मुक्ता डोळे बंद करून मनोभावे देवाचं स्मरण करत बसली होती. तेवढ्यात मागून एक आवाज आला "मुक्ता, ए मुक्ता" आणि ती दचकली. तिने मागे वळून पाहिलं.

नाकी डोळी सुंदर, तेजस्वी, गव्हाळ रंगाची, वयाने चाळिशीतली पण तरीही तिशीतली दिसणारी, हलक्या पिवळ्या रंगाचा सुती सलवार कमीज परिधान करून, ऑफिसची लॅपटॉप बॅग घेऊन, रे-बॅन चा गॉगल, हातात कारची चावी, केस अगदीच व्यवस्थित, एकहि बट बाहेर येऊ न देता बांधलेले. अशा

आपल्या नेहमीच्या थाटात मुक्का मंदिरात आलेली. मुक्का केवळ दिसायलाच सुंदर नसून मनानेही खूप प्रेमळ होती. स्वावलंबी, प्रगल्भ, खूप मेहनती, हुशार आणि प्रगतिशील विचारांची अशी असूनही परंपरा आणि संस्कृतीची जाण असणारी आणि ती मनापासून जोपासणारी अशी आपली मुक्का. बोलायला सुरुवातीला काहीशी तिरसट पण तितकीच जीवाला जीव देणारीही होती, नसतात का काही लोक फक्त दाखवतात आम्ही किती जहरी आणि खाष्ट आहोत धोतऱ्याच्या फुलासारखे पण प्रत्यक्षात असतात मात्र अगदीच नरम आणि गोड फणसासारखे, पण तो फणस मात्र पिकेपर्यंत थांबावं लागत इतकंच. मुक्का खूप चांगल्या ठिकाणी, चांगल्या हुद्द्यावर कामाला असून, एकटीच आपल्या एकुलत्या एक मुलीचं पालकत्व यशस्वीरित्या पार पाडत होती. खूप मेहनत करून हिमतीने गोष्टी मिळवायच्या, त्यासाठी कोणावर विसंबून राहायचं नाही अशा उद्दात्त मताची आणि लोभसवाणं व्यक्तिमत्व असलेली अशी मुक्का, ती कितीही व्यस्त असली तरीही प्रयत्नपूर्वक दर गुरुवारी मंदिरात यायची. अशाच एका गुरुवारची हि गोष्ट,

खादीचा तपकिरी रंगाचा सदरा, सफेद लेंगा, डोक्यावर बारीक केस, दाढी – मिशीचा लवलेश ही नसलेला. सरळ नाक, गुलाबी ओठ ,मोठे खोल गडद तपकिरी डोळे, सुरेख स्मितहास्य असलेला चेहरा. ५.५-६ फूट उंची, अशी एक वयस्कर व्यक्ती मंदिरात गाभाऱ्यात येऊन मुक्काच्या पाठी उभी राहिली होती. त्या व्यक्तीला कुठेतरी बघितल्यासारखे मुक्काला वाटत होते खरे पण त्याच नाव काही तिच्या लक्षात येत नव्हतं. पण त्या व्यक्तीला एकंदर पाहता तिला वाटलं हा कोणीतरी योगीच असेल.

मुक्ता : माफ करा हं पण मी नाही ओळखलं तुम्हाला, तुम्ही नक्की मलाच हाक मारलीत का?

मुक्ता साशंक नजरेनं म्हणाली. तो योगी हसला आणि म्हणाला

योगी : हो बाळा मी तुलाच बोलावलं. आपली ओळख जुनी आहे, मला आश्चर्य वाटतंय कि तू मला कसं नाही ओळखलंस. बघ बरं जरा आठवून.

मुक्ताकडे या साऱ्या गोष्टीसाठी वेळ नव्हता, तिची आणखी चिडचिड होऊ लागली. हा वेळेचा अपव्यय टाळण्यासाठी मुक्ता म्हणाली

मुक्ता : हो हो आठवलं

योगी : (अगदीच लाडात) सांग बरं मग मी कोण ते ?

आता मुक्ताचा पारा चढला, तिची खात्री पटली, कि हा कोणी तरी भामटा माणूस आहे. आणि बिचारी साधी समजून आलाय फसवायला. तिने ठरवलं इतकी माणसं आसपास आहेत ह्याला चांगलीच अद्दल घडवायची.

योगी : (मुक्ताला निरखून बघत) नको इतका विचार करुस, मी काही तुला फसवायला आलेलो नाही (जोर जोरात हसून)

मुक्ता : काय? (काहीशी गंभीर होत)

योगी : अगं मला कळतंय तू काय विचार करतेस ते, तुला शब्दातच बोलायची गरज नाही.

मुक्ताला तर पूर्ण विश्वासच झाला कि हा तर पूर्ण प्रशिक्षित चोर आहे, ह्याच्यापासून कशी सोडवणूक करून घेऊ. ती विचारात पडली

मुक्ता : (काहीशी विचारात) तसं काही नाही, मला उशीर झालाय ना म्हणून जरा गडबड करतेय, बाकी काही नाही (तिथून निसटण्याच्या प्रयत्नात)

योगी : किती उशीर झालाय सांग बरं मला, मी तितका वेळ मागे घेतो, मग तर चालेल

मुक्ता मनात विचार करू लागली " आत्ता बसचं, हे खूप झालं"

मुक्ता : (वैतागून हसण्याचा प्रयत्न करत) बरोबर आहे बाबा तुमचं, तुम्ही तर योगी आहात तुम्हाला वेळेचं काय!

योगी : मुक्ता अगं प्रसाद नाही घेतलास, आज तर तुज्या आवडीचे बुंदीचे लाडू आहेत प्रसादात.

मुक्ता : (खुश होतं, कारण इथून पळायला त्यानेच तिला कारण दिलं) हो, मी जरा गडबडीत आल्यामुळे विसरूनच गेली , मी प्रसाद आणायला जाते हा नमस्कार (पळत प्रसादाच्या रांगेत जाते, आणि सुटकेचा निःश्वास टाकत) सुटले बाबा एकदाची, काय माहित कशाला मागे लागलेला हा व्यक्ती?

प्रसादाची मोठी रांग पार करून एकदाचा मुक्ताचा नंबर लागला, तिने प्रसाद घेतला आणि निघण्याच्या तयारीला लागली. तिने चौफेर नजर फिरवली आणि बिनधास्त झाली, तिला तो योगी कुठे दिसला नाही.ती देवळातून बाहेर पडली. तेवढ्यात तिचा फोन वाजला.

मुक्ता : हॅलो, माया बोल.

माया : अगं आई, घरी पार्सल येणार आहे, मला मेसेज आलाय तसा, मी आता लेक्चर ला जाते आत, फोनवर बोलता येणार नाही गं , बाय

मुक्ता : एक गोष्ट हजार वेळा का सांगते हि मुलगी मला, मघाशीच तर झालं बोलणं. लेक्चर मध्ये बोलता येणार नाही बोलते तरी सारखा फोन करून कसं बरं सांगते हि मला. मला वाटतंय आजचा दिवस माझाच विचित्र आहे, जाऊदे.

निघताना शेवटचा नमस्कार करावा म्हणून, मुक्ता फोन ठेवून पुन्हा वळली, आणि तिला धक्काच बसला. देवळात देव सोडून कोणचं नव्हतं. थोडया वेळापूर्वीची इतकी गर्दी कुठे गेली तिला कळेना. ती गाडीकडे वळली, तर मागची गर्दी पण गायब झालेली, ती सुन्नच झाली. काय चाललंय ते तिला कळेना.

तितक्यात परत फोन आला.

मुक्ता : (घाबरून) हॅलो,

दुसऱ्या बाजूने : ताई, मी बोलते, आज मला काही येता येणार नाही, माझ्या नवऱ्याची तब्बेत ठीक नाहीये. आजच आणते त्याला डॉक्टर कडून.उद्या येईन.

मुक्ता धपकन खालीच बसली, तिला काहीच कळेना. कारण मघाशीच तिला हा पण फोन येऊन गेलेला.

तिने वेळ बघितली तर ८ वाजले होते, जे की थोडया वेळापूर्वी १० वाजत आले होते. तिला भोवळ आल्यासारखं झालं.

सगळे लोक अचानक गायब होतायेत, वेळ मागे पळते. तिने विचार केला लवकरात लवकर घरी पोहोचावं, ऑफिस पण राहूदे आज बाकी कोणता आता विचारच नको.

ती उठणार इतक्यात तो योगी पुन्हा तिथे आला.

योगी : (मोठ्या मोठ्याने हसत) काय मग मुक्ता, कसली आहे आता गडबड? आता तर तुझ्याकडे वेळ आहे ना

मुक्ताला काय बोलावं कळेना, ती तिथेच बसून राहिली. राग, गोंधळ, भीती, काळजी सगळं एकवटून आलं होत तिच्यामध्ये. तिने शांत राहणंच पसंत केलं.

थोड्या वेळाने मुक्ता स्वतःला सांभाळत

मुक्ता : (शांत होण्याचा प्रयत्न करत) कोण आहेस तू?

योगी : (स्मितहास्य करत) देवदूत आहे मी. मला तुझ्याशी बोलायचं आहे.

मुक्ता : (त्रासून) ऐक ना, कशाला मला त्रास देतोयेस. इतक्या मोठ्या जगात मीच मिळाले का तुला?

योगी : हे काय? मला वाटलं तू पायावर लोटांगण घालशील माझ्या. मला काय हवं नको ते बघशील. माझ्याकडून काहीतरी असंभव अशी गोष्ट मागशील.

मुक्ता : (रागाने लाल होत) काय संबध, उलट मला जाब विचारायचा आहे तुला, काय चाललंय हे सगळं? मला काही प्रश्नांची उत्तर दे, तुला मी कधी बोलले का कि मला दर्शन दे किंवा मला हे पाहिजे किंवा ते पाहिजे, आणि दुसरं म्हणजे आता जे काही तू केलस ते मला अजिबात आवडलं नाही. जरी तू देवदूत असलास तरीही, काहीही करायचा अधिकार तुला मिळत नाही. तुही तुझी काम नीटच करायला हवीस. नाकी लोकांना भीती दाखवत.

योगी : (मुक्ताला मध्येच थांबवत) अगं हो, किती बोलशील मला. मी काही मुद्दाम केलं नाही हे सगळं. मी याचना करत होतो ना तुझ्याकडे कि बोल थोडं माझ्याबरोबर, तू कुठे ऐकत होतीस. जर तू ऐकली असतीस तर कशाला केलं असतं इतकं सगळं मी. वारेवा म्हणजे चोराच्या उलट्या बोंबा आहेत इथे.

मुक्ता : अरे तू देवदूत आहेस ना, मग जरा चांगली माणसं बनवायचीस कि जगात, किती विचित्र माणसं बनवलीस तू , असा कसा कुणाहीवरती विश्वास ठेवायचा?. कोणीही बोलला थांब बोलायचं आहे जरा, कि थांबायचं आणि गप्पा करत बसायच्या, बरं आहे तुझं आपलं.

योगी : बरं चुकलं माझं, मला माफ कर.

मुक्ता : केलं माफ, पण मी नाही हा माफी मागणार, माझ्या ठिकाणी मी योग्य आहे. मी काही चूक केली नाही तुला झटकून. कोणाच्याही तोंडावरून त्याचा उद्देश कळत नाही. त्यामुळे सगळ्यापासून लांबच राहणं योग्य असत. बरोबर कि नाही सांग?

योगी : अंग तू मुक्ता आहेस, तू कशी चुकशील कधी. चूक आमचीच. पण तुला विश्वास बसला ना कि मीच देवदूत आहे यावर?

मुक्ता : विश्वास न ठेवून कुणाला सांगू तू इतका मोठा प्रकार केल्यावर. बरं बोल, मला न्यायला आला आहेस का?

योगी : नाही गं , अजून ४०–५० वर्ष आहेत तुझ्याकडे. आणि कुणाला नेणं माझं काम नाही. त्यासाठी यम आहे. मला वाटलं माहित आहे तुला.

मुक्ता : हो, बरोबर. विसरलेच ते मी. आम्हाला पण माहित असतं तुमचं देवांचं डिपार्टमेंट म्हटलं. पण तू का भेटलास मला असा अचानक.

योगी : इतकी वर्ष पूजा करतेस, उपवास करतेस, मंदिरात येतेस ते मला मिळवायलाच ना, म्हणून म्हटलं घ्यावं भेटून एकदा.

मुक्ता : मी जे काही करते ते माझ्या मनःशांती साठी, आणि मला कुणालाही मिळवायचं नाहीये. मी असा विचार करते कि जसा ऑक्सिजन हवेत सगळीकडे असतो, त्यासाठी आपल्याला विशेष मेहनत घ्यावी लागत नाही. पण कधीतरी नाही का आपण तो मिळवण्यासाठीपण अपयशी ठरतो तेव्हा आपल्या कामाला येतो तो सिलेंडर मध्ये भरलेला ऑक्सिजन तसेच मला देऊळाबद्दल वाटत, म्हणजे तू आहेस सर्वत्र पण तिथे तुझं पावित्र्य अधिक असतं आणि तिथे तू मिळाल्यासारखा वाटतोस. तसं तर तू सर्वत्र आहेस तू कधी कुणा एकाचा कसा होऊ शकशील तू सगळ्यांचा आहेस. आणि मंदिरात आलं कि मला पण जरा बरं वाटतं. तू माझ्यात, प्राणी पक्ष्यात सगळ्यातच आहेस. मग आज अशी विशेष भेट देण्याचं कारण काय? आणि उपवासाचं बोलशील तर, आठवड्यात एकदा जरा शरीरालापण आराम द्यायचा असतो म्हणून उपवास करते मी. तुला माहिती हवं ना रे सगळं. देवदूत म्हणजे देवचकी तुही. तुला माझे भाव कळू नयेत. मी काही कधी तप केलंय कि व्याकुळ झाले तुज्यासाठी जे आपली भेट मला अपेक्षित असावी?

योगी : बरोबर आहे तुझं. यातलं काहीही तू माझ्यासाठी जरी केलं नसशील तरी तुझी प्रत्येक कृती हि प्रामाणिक होती. त्यामुळे आपली भेट हि निश्चितच होती. खरं सांगायचं तर मी प्रत्येकाला त्याच्या आयुष्यात किमान एकदातरी प्रत्यक्ष भेटतोच काहींना ते समजतं, तर काहींना ते जाणवतही नाही. पण त्यासाठी योग मात्र असावा लागतो. काहींना तो योग लवकर येतो तर काहींना थोडा जास्त वेळ

थांबावं लागत. आणी तुमचा तो आज आलाय मुक्ताबाई. पण मला जाणवतंय कुणाचा तरी राग अजून शांत झालेला नाहीये ते.

मुक्ता : (किंचित शांत होऊन) थोडा वेळ लागणार नारे देवा, आता थोड्या वेळापूर्वी माझी पायाखालची जमीन सरकली होती. मला धक्क्यातून बाहेर यायला थोडातरी वेळ दे. आणि धन्यवाद आम्हाला दर्शन दिल्याबद्दल. मलापण खूप आनंद झाला तुला भेटून.

योगी : सांग तुला मी काय देऊ, ज्याच्याने तुझा आनंद मला अजून वाढवता येईल.

मुक्ता : देवा मला दर्शन दिलंस, तेपण खूप झालं माझ्यासाठी. मला हे असल काही कधीच अपेक्षित नव्हतं.

योगी : हा तुझा चांगुलपण आहे, पण खरंच काहीतरी माग, मला आवडेल तुला द्यायला.

मुक्ता : देवा तू दिलेले सगळं काही आहे माझ्याजवळ, मी समाधानी आहे माझ्या आयुष्यात. मला आणखी काही नको. तुझी फक्त कृपा राहूदे अशीच सगळ्यांवरती आणि माझ्याहीवरती.

योगी : हो ती तर राहिलंच, पण आणखी काही जे तुला हवं आहे असं काही माग, मी असा रोज रोज भेटत नाही, मला पण कामं असतात म्हटलं.

मुक्ता : देवा असं अचानक कसं सांगणार ना, काय हवं आहे ते. एकतर तू पूर्व कल्पना पण दिली नाहीस, असं कस मला सांगता येणार. आणि परत पण नाही तू भेटणार आहेस बोलतोस, मग कसं करायचं सांग बरं.

योगी : हो ते तर खरं आहे, तुला जे मागायचं आहे ते आताच मागावं लागणार (मस्करीच्या पवित्र्यात).

मुक्ता : (विचारात) मला नकोय काहीच, उगाचच मला नसती प्रलोभनं देऊ नकोस, आणि भारी आहे तुझं. जेव्हा मी खरंच तूज्याकडे काही मागायचे तेव्हा मला काही दिलं नाहीस, आणि आता जबरदस्ती करतोस का, जेव्हा माझी मागायची सवय सोडवलीस. असला कसला रे देव तू? खरंच देवच आहेस ना कि कोणी भामटा आहेस.

योगी : तू नाहीस सुधारणार. नुसती टोचून बोल बाकी काही येत नाही तुला. पण मला नाही लागत तुझे शब्द.

मुक्ता : अरे खरंच, सांग शेवटचं मागणं मी कधी मागितलंय तुझ्याकडे तुला तरी आठवतंय का ते?

योगी : ते बाकी खरं, तू लवकर शहाणी झालीस.

मुक्ता : तू इतकं सगळं दिलंस अजून कोणत्या तोंडाने तुझ्याकडे काही मागणार आहे सांग? तू दात दिलेस, चावायची शक्ती दिलीस, अन्न पण दिलंस. पण जर का ते अन्न चावून खायची अक्कल मला नसेल तर तो तुझा दोष कसा रे. हेच मला समजलं. जरा उशिरा, पण समजलं.

योगी : आणि म्हणूनच मुक्ताबाई तुमचा आमच्या भेटीला नंबर लागला. कारण तुमची विवेकबुद्धी, चांगली नीती, आणि दुसऱ्याला त्रास न देण्याची प्रवृत्ती.

मुक्ता : ते सगळं ठीक आहे देवा, पण तुझ्या राज्यात जे काही चालतं ते बघून बाकी खूप वाईट वाटतं. किती सर्रास लोक एकमेकाला फसवतात, लुबाडतात,

झळतात. मला एक-एक प्रसंग नाही सांगता येणार तुला, पण लाज वाटते आजूबाजूच्या काही गोष्टी बघून. अशा कशा काही गोष्टी बनवल्यास रे तु, तुला नाहीका त्याच कधी वाईट वाटतं.

योगी : तू तर मुलाखतच चालू केलीस, काहीच हरकत नाही विचार तुला जे काही विचारायचे असेल ते. पण हे पूर्णपणे अयोग्य आहे बरं का. मी फक्त उत्पत्ती करतो आणि लक्ष ठेवतो, तुम्हाला तुमची चांगली आणि वाईट कर्म करण्याचं पूर्ण स्वतंत्र असतं. जे काही करता तुम्हीच लोकं करता मग ते चांगलं असो किंवा वाईट. उगाच माझं नाव तुम्ही मानवांनी खराब केलंय. "करता करविता वरचा आहे" बोलून. तुम्ही जी काही काम करता ती तुमच्या मर्जीने तुम्ही करत असता, त्यात माझा काहीही हात नाही, हो मी साक्षीदार बाकी असतो.

मुक्ता : मी नाही मानत हे, तुझा थोडाफार तरी हात असेलच कि, अगदीच माझा हात नाही बोलू नकोस. हे इतके जे गुन्हे होतात त्याला जबाबदार कोण मग. तू ह्या सगळ्याची जबाबदारी घेतलिसचं पाहिजेस.

योगी : नाहीच, तुम्ही टाका माझ्या अंगावर सगळं मी "नाही" नाही बोलणार. पण खरंच माझा हात नसतो ह्या सगळ्यात. जे काही होत ते तुम्हीच करता आणि त्याच जे काही वाईट, चांगलं फळ आहे तेपण तुम्हालाच मिळत. मी काही करवत नाही आणि काही देत नाही. जे तुम्हाला गिळत ते तुमच्या कर्माने मिळत. तुमचे हिशोब तुम्हीच लावायचे असतात. पण जसे तुमच्या गणितात हिशोब असतात तसे अगदी सोपे हे कर्माचे हिशोब नसतात कळायला. तुम्हाला कधी, कसलं, कुठे फळ मिळेल ते बाकी काही सांगता येत नाही. त्याला तुम्ही लोक नशीब बोलता पण असत ते तुमचं कर्मच.

मुक्ता : म्हणजे ?

# भेट एक वळण

योगी : कधी नाही का आपण बघतो एखाद्याने सहज केलेलं कामपणं त्या व्यक्तीला प्रसिद्धी, पैसा आणि खूप काही देऊन जाते, तर कधी काहींना खूप मेहनत करूनही काही नाही मिळत. ते त्यांचं नशीब असतं म्हणजेच त्यांचं कर्मफळ. म्हणून नाही का तुम्ही म्हणता ``नेकी कर दर्या मे डाल'' म्हणजे कर्म करत राहा आणि विसरून जा, तुझा प्रवास करत राहा. फळाची अपेक्षा करून जर तिथेच थांबलास तर थांबलासच. म्हणून समज. तुला तुझ्या कर्माचं फळ हे मिळणारच आज नाही तर उद्या. पण नक्की

मुक्ता : तुझ्यासमोर कसं कोण जिंकेल सांग बरं

योगी : नाही अंग खरंच मी फक्त साक्षीदार आहे तुमच्या सगळ्या जीवनाचा, त्या व्यतिरिक्त काही नाही. मी बघतो सगळं आणि खरंच मला कौतुक वाटत जे काही तुम्ही नवीन प्रकार आणता त्याचे. कधी कधी खूप वाईटही वाटतं चाललेल्या गोष्टींचं. पण माझ्या हाती काही नसतं. प्रत्येकाचे भोग त्याला भोगावेच लागतात. त्याशिवाय त्या व्यक्तीची सुद्धा सुटका नसते.

मुक्ता : अरे पण जर तुझ्या हातात काही नसेल तर मग देव कसं म्हणता येईल तुला?

योगी : (समजावण्याचा प्रयत्न करत) समज तुला दोन मुलं आहेत जशी ती वाढीला लागली तशी ती आपापल्या संगतीनुसार बदलली एक प्रगती रथात आरूढ झाला आणि दुसरा वाममार्गाला लागला तर तू एक आई म्हणून काय करशील.

मुक्ता : समजवायचा प्रयत्न.

योगी : तुला काय वाटत मी नसेन करत.

मुक्ता : पण मग तू त्यांचे विचार कंट्रोल करूच शकतोस ना? ज्याने ते कुकर्म करणारच नाहीत.

योगी : ते मी करू शकतो, पण जर मी तसं केलं तर मग एक स्वतंत्र व्यक्ती म्हणून तुम्हाला काहीच महत्व राहणार नाही. मी प्रत्येकाला एकमेकांपासून खूप वेगळं बनवलंय. एकाच साच्यातून नाही बनवत मी तुम्हाला, जसे तुम्ही मूर्ती बनवतात तसं. माझ्याकडे प्रोग्रॅम नाही तुम्हाला बनवायचा. प्रत्येकासाठी मी खूप मेहनत घेतो. माझी अपेक्षा हीच असते कि तुम्हाला दिलेल्या सर्व गुणांचा तुम्ही वापर करावा, आयुष्याचा पूर्ण आनंद घ्यावा आणि मी बनवलेल्या ह्या सुंदर जगाला अजून सुंदर बनवायला माझी मदत करावी. मी सगळं काही करू शकतो, पण मी करत नाही कारण मला वाटतं तुमच्या आयुष्याची जबाबदारी तुम्ही स्वतः घ्यावी. तुम्हाला मी रोबोट म्हणून नाही बनवल. तुम्हा मध्ये बुद्धी आहे भावना आहे. तुम्ही सगळे एकाच पद्धतींनी कधीच विचार नाही करत, कारण तुम्ही तसे बनलाच नाहीत. तुम्ही सगळे वेगळे आणि सुंदर आहात आणि मला माझी उत्पत्ती खूप प्रिय आहे. तिचा नाश मी इच्छित नाही. आणि तुमचं स्वातंत्र हि हिरावू इच्छित नाही .

मुक्ता : मग एखादा जर चुकत असेल तर तू त्याला चुकू देतोस, अन्याय करत असेल तर तू ते होऊ देतोस असंच ना!

योगी : इथे तूच विचार कर कुणी विरोध करायला हवा? मी कि ज्याच्यावर अन्याय होतोय त्याने. तुला एका हाताने टाळी वाजवता येते का, तसेच आहे ते. मी जर देव असून कुणाचं स्वतंत्र हिरावू इच्छित नाही तर तुम्ही माणसं कोण बनता एकमेकांवर राज्य करणारे? हा प्रश्न आलाच ना आणि जरी कोणी करत

असेल तर तुम्हीच त्याच्या विरुद्ध उभं राहायला नको का. खूप साध्या असतात गोष्टी ज्या तुम्हीच कठीण करून ठेवता. त्यात माझी काय चूक?

मुक्ता : पण मग जर अन्याय करणारे आपलेच असले तर कसा करणार विरोध?

योगी : आपलेच म्हणजे? सगळे आपलेच असतात, पण मी आणि इतर यात फरक आहेच ना. इतर कोणी जेवले तर तुझ पोट भरत का? त्यासाठी तुलाच जेवावं लागणार ना?

मुक्ता : म्हणजे खूप जवळच .

योगी : खूप जवळचं म्हणजे?

मुक्ता : आपलं कुटुंब, नातेवाईक, समाज.

योगी : (जोरात हसून) कोणीही कितीही जवळच असलं तरी आपण कुठे थांबायचं हे आपल्याला स्वतःला कळायला हवंच, जे तुमचे लोक आहेत त्यांच्याबरोबर तुम्ही कसं वागायचं हे मी कसं सांगणार

मुक्ता : का बरं तूच बनवलेस ना हे सगळे नीती, नियम, बंधन, नाती?

योगी : मला एका प्रश्नाच उत्तर दे. मी माणसा व्यतिरिक्त किती तरी प्राण्यांचा जन्म घडवलाय, मग त्यांना मी हे सगळे नियम नाही बनवले मग तुम्हालाच का बनवेन सांगशील? कधी ऐकलंस, माकडाच कुटुंब आहे किंवा वाघाचं लग्न झालंय किंवा गायीचा आपला वेगळा धर्म आहे किंवा हा रेडा वेगळ्या जातीतला आहे असे काही. मग सगळ्यांना सोडून मी तुम्हालाच का बरं इतके नियम बनविन. तुमचे नियम, रीती तुम्ही तुमच्या सोयीप्रमाणे बनवता, पण त्यावेळेला ते

तुम्हाला उपायकारक पण असतात. सगळे नियम तुम्ही स्वतः स्वतः ला लावता. आणि अडकून बसता. असं नाही कि तुम्हीच असे नियमबद्ध आहात. इतर प्राण्यांनी पण खूप बदल करून घेतलेत पण त्यात वाईट काहीच नाही जोपर्यंत तुम्हाला ते आवश्यक आहेत आणि जीवन जगायला सुकर आहेत. पण कालपरत्वे गोष्टी जर कामाच्या राहत नसतील तर त्या बदलायला हव्यात, हे देखील तितकच खरं आहे. जर त्याच्यामुळे  तुम्हाला अडचण होत असतील तर तुमचं तुम्ही ठरवावं. पण मला विनाकारण दोष देणं योग्य नाही.

मुक्ता : काही नियम गरजेचे देखील असतात आणि काही अन्यायकारक असतात.

योगी : पण मग तुम्ही असा अन्याय होऊ देता तुमच्या राज्यात? (खदखदून हसत)

मुक्ता : असं आम्ही नाही विरोध करू शकतं पूर्वापार चालत आलेल्या गोष्टींना

योगी :(मधेच बोलणं कापत )म्हणजे तुम्ही जे काही वाईट होत त्याला मदतच करता, होय कि नाही ? म्हणजे जे काही चुकीचं होत त्याला तुम्हीच जबाबदार आहात.

मुक्ता : देवा तू ना, तू माझ्यावरच टाकलंस बघ सगळं. मी तर सामान्य मनुष्य आहे.

योगी : हीच तर तुमची चुकी आहे कि तुम्ही स्वतःला सामान्य समजता. मी तुम्हाला सामान्य बनवलच नाहीये. तुम्ही सगळे खूप किमती आहात, फक्त तुम्हाला तुमची स्वतःची किंमत कळत नाही आणि तुम्ही खूपच सामान्य आयुष्य

जगत राहता. ह्या निर्मितीसाठी मी किती मेहनत केलीय, किती सुंदर जग बनवलय मी.

हि थंड हवेची झुळूक, मंद पाऊसाचा वर्षाव, शीतल नदी, उंच डोंगर, खळखळणारे झरे, अथांग समुद्र, सुंदर वाळवंट, हिमशिखरे, पशु, पक्षीं, पान, फुलं, वेली, झाडं, सुगंध, रंग, प्रेम, संगीत, कला, माती, भावना, चव, स्पर्श ..... आणि खूप काही, कधी तरी तुम्ही ह्या सगळ्याचा विचार केलात का? हे सगळं समजून घेण्याचा जरी प्रयत्न केला तरी किती सुंदरपणे तुमचं आयुष्य व्यतीत होईल. पण हे सगळं सौंदर्य सोडून नेमकं तुम्ही नाही त्याच गोष्टीत अडकून इतकं सुंदर आयुष्य खराब करता. प्रेरणाविरहितपणे नुसतं आयुष्य ढकलता.

मुक्ता : अरे देवा तू बोलतोस कि आम्ही असामान्य आहोत, असूही कदाचित पण आमचे प्रश्न पण खूप बिकट असतात अरे, त्यामुळे आमचं सगळं असामान्यत्व खर्ची पडतं तिथेच.

योगी :(हसत) काय बोलतेस खरं कि काय

मुक्ता : तुला हसू येईल माझ्या बोलण्याचं, पण मी खरं बोलते

योगी : सांगशील एखादं उदाहरण

मुक्ता : (विचार करत) कसं सांगू तुला

योगी : तुझ्याकडे एकही उदाहरण नाही

मुक्ता : तसं नाही, पण मला कुणा एकाच नाव नाही घ्यायचंय

योगी : बरं मग

मुक्ता : बघ ना मी कित्येक अशी घर बघितली आहेत जिथे एकच माणूस खूप कष्ट उकरत असतो आणि संपूर्ण घराची जबाबदारी घेत असतो आणि इतर फक्त फुकट खायचं काम करतात किंवा त्या एका माणसाला विनाकारण त्रास द्यायच काम करतात. मग सांग त्याला कसं जपता येईल स्वतःच असामान्यत्व?

योगी : (हसून) तो जो कोणी व्यक्ती आहे तो इतकं सगळं कसं काय करू शकतो. कारण तो असामान्य आहे आणि त्याला त्याच असामान्यत्व कळलंय बरोबर ना? बाकीच्यांचं बोलशील तर प्रत्येकाला आयुष्यात एक समज यायला वेळ लागते. ज्याप्रमाणे प्रत्येक व्यक्तीच शरीराचं एक वय असत त्याप्रमाणेच त्याच्या बुद्धीचं देखील वय असत ते आपोआप वाढत नाही तर त्यासाठी त्या व्यक्तीने प्रयत्न करावे लागतात. प्रेम, कर्तव्य, समजूतदारपणा, दयाळूपणा, मानवता हे आपोआप नाही येत ते कुणीतरी शिकवावे लागतात किंवा स्वतः शिकावे लागतात. काही जर्जर म्हातारे होतात पण त्यांच्यात तो समजूतदारपणा येत नाही तर काही वेळा एखाद्या कोवळ्या वयाच्या मुलांमध्येही परिपक्वपणा जाणवतो. समोरचा व्यक्ती कसा वागतो त्यावर आपण आपलं वर्तन जर ठेवलं तर मग आपल्यात आणि त्या व्यक्तीत काय फरक राहिला. आपण आपली कर्में करून मोकळं व्हायचं,आपण जे काही कर्में करतो त्याचे चांगली वाईट परिणाम पण आपल्यालाच मिळतात, त्यामुळे कर्म हे करतच राहिली पाहिजेत. आणि इतकं लक्षात ठेवायचं कि आपण जे काही करतो ते स्वतःच्या समाधानासाठी दुसऱ्या कोणासाठी नाही. मग आपल्या वर्तनावर त्याचा फरक पडत नाही. आणखी एक इथे तो व्यक्ती जे काही करतोय ते आपल्या परिवारासाठी बरोबर ना, मग ते त्याच कर्तव्य आहे ते त्याने करायलाच हवं. पण त्याच बरोबर इतर

कुटुंबियांच्या बौद्धिक परिपक्वतेची पण त्याचीच जबाबदारी आहे. त्याने आपल्या परिवाराला याची जाणीव करून देणंही तितकेच गरजेचं आहे.

मुक्ता : देवा म्हणजे आपला परिवार सांभाळायची हि आपली जबाबदारी आहे, मग त्या परिवारात कोणीही कसही असो

योगी : मी तुम्हा प्रत्येकाला स्वतंत्र आणि स्वतः ची काळजी घ्यायला सक्षम बनवलं आहे. त्यामुळे मुळात आपणच स्वतंत्रपणे आपली जबाबदारी घ्यायला हवी. त्या नंतर आपल्या व्यतिरिक्त सगळ्यां बद्दलच आपल्या मनात करुणा हवी त्यामुळे फक्त परिवाराचं नाही  तर सगळ्यांची जबाबदारी आपण घेतली पाहिजे असं माझं मत आहे. पण मग तुम्ही काय केलं, त्यातही तुम्ही विकल्प काढला, तुम्ही तुमचे–तुमचे समाज बनवले फक्त त्याचीच काळजी घेऊ लागलात, त्यापुढे जाऊन मग तुम्ही तुमचा चमू अजूनच छोटा करत गेलात आणि आता तर तो परिवारापर्यंत आणलात, पण आता त्यालाही तुम्हाला  विकल्प सुचतायेत. आणखी भयंकर म्हणजे काही तर फक्त आपल्याच चमूच बघतात बाकीच्यांचा शून्य विचार. आपल्या परिवारासाठी वेगळे नियम आणि इतरांसाठी वेगळे नियम. हि प्रवृत्ती पण घातकच आहे.

मुक्ता : नाही देवा खरंच आहे ते , सगळ्यांचंच कसं बरं बघू शकतो आपण. इथे आपलीच गोची असते. आपलं फाटक घोंगडं शिवता शिवता इतका वेळ जातो मग दुसऱ्याच्या फाटक्यात पाय घालायचा किंवा ते शिवायचंही खूप लांब राहील.

योगी : मुक्ता तू पण असा विचार करते! तुझ्याकडून हि अपेक्षा नव्हती. चल तुला काही दाखवतो (असं म्हणून क्षणात दोघे एका वेगळ्या ठिकाणी गेले)

दोघे एका डोंगराच्या पठारावर आले, छान संध्याकाळची वेळ होती. थंडगार हवा स्पर्शून जात होती. शांत केशरी सूर्य अस्ताला चालला होता. त्याला ढगांनी झाकल होत. ढगांआडून येणारी त्याची तिरकस किरणे अजूनच सुंदर वाटत होती. ते ज्या पठारावर उभे होते, तिथे खाली छानस शहर होत तेही अगदी सिनेमात, रामायण–महाभारतात दाखवतात तसं टुमदार, भरगच्च. दूरवर सुंदर सुंदर महलांच्या रांगा, त्यानंतर वेगवेगळ्या आकाराची मातीची घर, बांबूची घर, बंद होत असलेल्या बाजारपेठा, घरी परत निघालेले वाटसरू, बैलगाड्या, घोडागाड्या. संध्याकाळ होत असल्यामुळे जागोजागी मशाली पेटल्या होत्या. त्याचा मंद प्रकाश. लोकांच्या घराबाहेरील वृंदावनात छोटे दीपक तेवत होते त्याचा शांत प्रकाश. बाजारातले व्यापारी राहिलेलं सामान आपल्या बैलगाड्यांमध्ये भरत होते त्यांची लगबग. बायकांचे पोशाख नऊ वार साडी, खण, त्याला साजेशे दाग – दागिने, लांबसडक केसांचा भलामोठा अंबाडा, त्यावर पदर. पुरुषांचा पोशाख म्हणजे धोतर कुर्ता, त्यावर छानशी पगडी, टोपी. मुक्ताला आतापर्यंत सवय झाली होती. त्यामळे ती ह्या वेळेला घाबरली नाही, तर या क्षणाला साठवून ठेवू लागली. तिला विश्वासच होत नव्हता. ती खूप खुश झाली मनापासून आनंदून गेली हे सगळं बघून.

मुक्ता : (आनंदाने) देवा कुठे आलो रे आपण?

योगी : जरा फिरायला भूतकाळात आलोय.

मुक्ता : (आश्चर्याने) कोणाच्या ?

योगी : माझ्या उदाहरणाच्या (जोरजोरात हसत) आपण सुदान नगरीत आलोय पल्ली राजा च्या काळात.

मुक्ता : कशाला? म्हणजे...  मला उशीर होईल ना म्हणून (घड्याळाकडे बघत, आश्चर्याने) अरे घड्याळाचा काटा तर पुढे गेलाच नाही अजून.

योगी : (हसत) अग तुला उशीर होत होता ना, म्हणूनच नाही हलवला वेळ, स्थिर केलाय.

मुक्ता : खरं सांगू का? मला पण वाटतंय कि वेळ असाच थांबून राहावा कायमचा तू बोलत राहावं आणि मी तुझं ऐकत राहावं, तसाही रोज रोज काही देव भेटत नसतो. तसाही तुलाही वेळ नसेलच ना, जर तुझा किमती वेळ तू मला देतोयेस तर ती खूप मोठी गोष्ट आहे माझ्यासाठी. मी स्वतः ला नशीबवान समजते.

योगी : मुक्ता खरं सांगायचं तर माझा जराही वेळ मी नाही देतय तुला.

मुक्ता : म्हणजे मला कळलं नाही तू काय बोलतोयस.

योगी : अंग म्हणजे मला वेळ, शरीर, भावना, स्थळं, भाषा कशाचंच बंधन नाहीये, हा जो तुमच्यासाठी वेळ आहे, तो मीच बनवलाच. तू जे मला असं बघतेस मी असा नाहीच आहे, मुळात मी अस्तित्वातच नाही,  तर अस्तित्व माझ्यापासून निर्माण होत

मुक्ता : मला समजेल असं सांगशील का?

योगी : हो का नाही ? तुला जो मी आता दिसतोय ना तसा मी नाही, एकूण माझं काम काय ह्या सगळ्या निर्मितीची काळजी घेणं, कोणी चुकतंय तर समजुन सांगणं, त्याला वाट दाखवणं ,आणि जे काही होईल ते बिना हस्तक्षेप पाहणं, आणि खरंच खूपच गरज पडली. म्हणजे सगळी निर्मिती जर संपते तरच हस्तक्षेप

करायचा असं माझं एकूण काम. आता तुला खरंच वाटतंय, कि मी फक्त तुझ्याच बरोबर आहे?

मुक्ता : तसं नाही तू तर देव आहेस तु तर सर्वत्र आहेस, कुणा एका बरोबर असूच शकत नाहीस

योगी : मी आता सध्या कुठे कुठे आहे त्यातली ठराविक ठिकाणे तुला दाखवतो.

असे म्हणता क्षणी मुक्ताच्या समोर आपोआप वेगवेगळी दृश्यं निर्माण होऊ लागली. एकात तिला ती स्वतः आणि योगी दिसला पठारावर, एकात दोन तरुण बायका एकमेकांशी गंभीर चर्चा करताना दिसल्या. एका दृश्यात दोन वृद्ध एकमेकांशी टाळ्या मारत हसताना दिसले, एका मध्ये लहान मुलगा आजीबरोबर गप्पा मारताना दिसला, तरुण मुलगी, वयस्कर पुरुषाबरोबर बोलताना दिसली, कुठे दोन पक्षी, तर कुठे दोन प्राणी, कुठे दोन किडे तर कुठे दोन अळ्या, दोन पाखरे, दोन मधुमाश्या, दोन मुंग्या, दोन साप, काही ओळखीचे तर काही कधीही ना पाहिलेले असे प्राणी मुक्ताला दिसले. जे तिने कधीच पाहिलेही नव्हते.

आजचा दिवस मुक्ताचा होता ती प्रत्येक चमत्कारानंतर अजूनच भक्त होत चालली होती. तिने दोन्ही हात जोडले आणि देवाला नमस्कार केला आणि मोठ्या भक्तिभावाने म्हणाली

मुक्ता : देवा तू खरंच देव आहेस मी धन्य झाले तुला आज भेटून.

योगी : मी आता ह्या क्षणी बघ इतक्या जागेवर हजर आहे आणि माझं काम करतो आहे लोकांना भेटून त्यांना त्यांच्या उद्देशाप्रती प्रोत्साहित करत आहे.

मुक्ता : समोरचा व्यक्ती ज्या भाषेत बोलत असेल त्याच भाषेत तू बोलत असशील ना? म्हणजे त्यांना समजावण्यासाठी?

योगी : हो तर, आणि मी रूप पण तेच घेतो जे समोरच्या व्यक्तीच्या खूप जवळच असेल किंवा ज्याच्यामुळे त्या व्यक्तीच आयुष्य बदलणार असेल.

मुक्ता : काय बोलतोस मग मला हे कोणतं रूप घेऊन भेटलास, मी तर कोण्या अशा व्यक्तीला ओळखत पण नाही?

योगी : तू विसरली असशील, पण या व्यक्तीला तू भेटली आहेस.

मुक्ता : हो का, मला खरंच नाही आठवत

योगी : आठवेल नको काळजी करुस, आपण इथे पल्ली राजा ची सुदान नगरी बघायला आलोय.

मुक्ता : तुला देवा मला नक्कीच काही तरी सांगायचं असेल, काय आहे ते ?

योगी : हो बरोबर (हसून) चला चक्कर मारूया आधी.

म्हणत योगीने लगेच आपलं रूप बदललं आणि तिथल्या नगरात असलेल्या लोकांसारखा वेष घेतला आणि बाजारपेठेत दोघे गेले

मुक्ता : अरे देवा मला नाही का वेषांतर मी अशीच कशी येऊ

योगी : अंग तू कुठे कुणाला दिसतेस, तुला फक्त बघायचं आहे

मुक्ता : नक्की मी नाही ना कुणाला दिसणार ?

योगी : नाही ग. नको काळजी करुस.

दोघे एका व्यापाऱ्याजवळ आले, त्याने भाजी आणली होती विकायला पण अध्यार्हून अधिक तशीच होती आणि तो राहिलेलं सामान त्याच्या बैलगाडीत भरत होता, पण त्याच्या चेहऱ्यावर जराही उदासीनता नव्हती. घरी जायची घाई मात्र होती

योगी : दादा थोडी भाजी घ्यायची होती. मिळेल का?

भाजीवाला : नाही बाबा, मी आता रामान भरतोय, आणि आम्हाला व्यापार करायची वेळ ठरलेली आहे, ती उलटून गेलीय त्यामुळे मी नाही देऊ शकत तुम्हाला भाजी

योगी : दादा असं करू नका मी लांबून आलोय, यात्री आहे मी , आणि आता त्या शेताच्या बाजूला थांबलोय परिवारासहित. मी काही नेलं नाही तर माझा परिवार काय बर खाईल. आम्हाला परत उद्या दुसऱ्या गावासाठी निघायचं आहे.

भाजीवाला : पण बाबा मी नाही देऊ शकत तुला काही

योगी : पैसे जास्त घे हवं तर

भाजीवाला : दुप्पट दिलेत तरी नको मला

योगी : पण असला कसला नियम, तुम्हाला तुमचा माल विकण्याची पूर्ण स्वतंत्रता हवी ना

भाजीवाला : मी बाबा तुम्हाला उपाय सांगतो ना, कशाला काळजी करता. तुम्ही सरळ ह्याच रस्त्याने चालत जा, पुढे गेल्यावर उजवीकडे मोठी धर्मशाळा आहे तिथे तुम्हाला परिवारासहित राहता पण येईल आणि रात्रीच चांगलं जेवण पण मिळेल. उगाच कशाला उघड्यावर राहता.

योगी : अरे दादा. मला दुसऱ्या राज्यात जायचंय, रात्र झाली म्हणून विसाव्याला थांबलो तुमच्या राज्यात. तर तुझ्या राजाने खूप कर घेतलाय आमच्याकडून, आता अजून धर्मशाळेत द्यायला पैसे नाहीत माझ्याकडे

भाजीवाला : अहो बाबा त्या कराचा कागद दाखवा, मग धर्मशाळेत तुम्हाला पूर्ण महिनाभर पण राहता येईल.

योगी : काय बोलता राव ?

भाजीवाला : एकदा राहून तर बघा आमच्या राज्यात, परत जावसंच वाटणार नाही तुम्हाला कुठे

योगी : का रे बाबा इतका चांगला आहे का रे तुझा गाव, पण तुझ्या राजाच काय करायचं

भाजीवाला : बाबा जरा तोंड सांभाळून बोला बोलताना. कुठे आहे ते बघा

योगी : अरे तुझा पण तर माल राहिलाय तुजपण किती नुकसान झालाय तरी तू इतका शांत कसा

भाजीवाला : बाबा हे बघा, माझा जरी सगळा माल विकला गेला नसला तरी माझं नुकसान नाही झालं

योगी : असं कसं?

भाजीवाला: आमच्या नगरात कसं असत, प्रत्येक व्यापारी हा राजाला कर तर देतोच पण आम्हाला मिळणाऱ्या सोयी ह्या त्या करांपेक्षा खूप चांगल्या आहेत. जस कि रोज आम्ही जो माल घेऊन येतो तो संपूर्ण विकला गेला तर बरं, नाहीतर

राजा जो माल राहिला असेल तो सगळा आमच्याकडून विकत घेतो. ते पण आम्ही ज्या किमतीत सांगू त्या. आणि जो कोणताही माल आमच्याकडून राजा विकत घेतो, त्याचा पूर्ण उपयोग केला जातो. असं नाही कि घेतला आणि टाकला कुठेतरी. त्यामुळे आम्हीही खुश आणि राजाही खुश. कुणाला काहीही मदत लागूदे आम्ही प्रत्यक्ष दरबारात जाऊन आमचं गाऱ्हाणं सांगू शकतो नाहीतर राजाला आपल्या घरी बोलावून तक्रार करू शकतो. इतका आमचा राजा देवमाणूस आहे.

योगी : मग खरंच माझी चुकी झाली. मी असं बोलायला नको होत.

भाजीवाला: काही हरकत नाही बाबा, आता आलाय तर राहा आमच्या राज्यात खूप सुंदर निसर्ग आणि कलाकृती आहेत इथे. तुम्हाला खूप आवडेल.

योगी : हो दादा राहतोच १-२ आठवडे आणि बघतो तुमच्या राज्याची सुंदरता

भाजीवाला : धन्यवाद, मी निघतो, माझी वाट बघत असतील माझ्या घरी.

योगी : हो हो, नक्की.

असं बोलून भाजीवाला गेला


मुक्ता : देवा आपण का आलो इथे?

योगी : असंच फिरायला

मुक्ता : देवा तुझ्या प्रत्येक गोष्टीमागे काहीतरी कारण असतंच, तू कधीच काहीही विनाकारण करत नाहीस, माहित आहे मला पण योग्य वेळ येईपर्यंत मला थांबावं लागणार. बरोबर ना?

योगी : बरोबर, चला आपल्याला अजून जरा इथे फिरायचं आहे.

मुक्ता : जशी आपली आज्ञा.

योगी आणि मुक्ता चालत चालत अजून जरा पुढे आले, तिथे त्यांना एक व्यक्ती भेटला जो कदाचित शेतकरी होता आणि बाजारपेठेतून सामान खरेदी करून घरी चालला होता.

योगीने त्याला वाटेत अडवलं आणि त्याला बोलत करण्याचा प्रयत्न करू लागला

योगी : दादा जरा मी रस्ता चुकलोय, मला काष्टेवाडी ला जायला कसं जावं सांगाल का?

वाटसरू : काष्टेवाडीला, मीपण त्याच दिशेने चाललोय, या बरोबर हवं तर तुमचा रस्ता आला कि सांगतो मी चला तोपर्यंत बरोबर, तेवढी मलापण सोबत होईल.

योगी : देवळासकट देव पावला बघा.

वाटसरू : तुम्ही कुठचे

योगी : मी लांब वेटोळे गावाचा आहे, तुमच्या बाजूच्या राज्यातला गाव आहे. मुलीला तुमच्या राज्यात दिले. तिलाच भेटायला आलोय

वाटसरू : अच्छा, पण ह्या वयात तुम्हाला इतका मोठा प्रवास कसा करवणार बाबा, मुलीलाच पाठवायचाना " भेटायला ये" म्हणून निरोप. इतक्या मोठ्या प्रवासात तब्बेतीची काळजी कशी घेता येणार.

योगी : तेपण खरंच. पण म्हटलं चालता बोलता येतंय तोपर्यंत यावं मुलीकडे फेरी मारून. नंतर तिलाच यावं लागणार मला भेटायला. पण तेव्हा तिला आठवण राहील ना कि माझा बाबा पडत, धडपडत इतक्या लांब मला चालत भेटायला यायचा. मी जेव्हा माझ्या मुलीच्या घरी पोहोचेन तेव्हा तिला काय करू आणि काय नको असं होईल. एकदम आनंदून जाईल मला बघून ती. जेव्हा तिचा जन्म झाला होता आणि  मी पहिल्यांदा तिला बघितल होत,  तेव्हा मला जितका आनंद झाला होता तितकाच आनंद मला प्रत्येकवेळी तिला भेटतो तेव्हा होतो, कारण दरवेळी तिला नव्यानेच भेटल्यासारखं वाटत. मला ओढ लागलेली असते माझ्या मुलीला भेटायची त्यामुळे मला प्रवासाच्या त्रासाच काहीच वाटत नाही

वाटसरू : नशीबवान आहे मुलगी तुमची.

योगी : माझं जाऊद्या म्हातार्‍याचं. तुम्ही बाजारात काय सामान विकायला आलेलात

वाटसरू : मी छोटा शेतकरी आहे भाजी लावलेली आणतो रोज विकायला आणि परत घरी जाताना घरी लागणार सामान घेऊन जातो.

योगी : मी बघितल इथे गोष्टी जरा जास्त महाग आहेत.

वाटसरू : हो का, आम्हाला तर नाही वाटत.

योगी : असं, मग मला कोणी लुबाडल तर नाही ना?

वाटसरू : असं तर त्याहून नाही होऊ शकत, इथे कोणीही लांडी लबाडी करत नाही. कारण जर असं काही आमच्या राजाला कळलं तर काही खरं नाही. इथे आमचे कायदे खूपच कडक आहेत. जसा राजा तशी प्रजा या नियमाने इथे सगळे शिस्तप्रिय, न्यायप्रिय आहेत किंबहुना कायद्याला घाबरणारे आहेत. त्यामुळे इथे चुकीचं असं काही होत नाही.

योगी : पण मग इतके कडक नियम लावायची गरज काय तुमच्या राजाला. हे म्हणजे आपलं स्वतंत्र घालवल्यासारखच झालं.

वाटसरू : तसं काही नाही. कायदे लावायचं कारण म्हणजे न्याय आणि सुव्यवस्था राहिली पाहिजे म्हणून आणि प्रजा हि राजाच्या मुलासारखी आहे, आणि आपल्या मुलांचं स्वातंत्र राजा कधीच नाही हिरावू शकत. जसं बाबा तुम्ही तुमच्या एका मुलीवर प्रेम करता तसंच प्रेम आमचा राजा आमच्यावर करतो. मुलीकडे थोडं राहून तुमची मुलगी कुठे राहते ते बघून घ्या, तुम्हाला पण अभिमान वाटेल त्याचा.

बोलता बोलता बाबांचा रस्ता आला

वाटसरू : बाबा तुम्हाला ह्याच रस्त्याने पुढे चालत जावं लागेल, माझा मार्ग आता वेगळा झाला मी इथे उजवीकडच्या रस्त्याने आता पुढे जाईन, भेटू परत अशी अपेक्षा करतो.

योगी : हो हो नक्की, धन्यवाद रस्ता दाखवल्या बद्दल.

वाटसरू त्याच्या वाटेने पुढे निघून गेला.

मुक्ता : देवा ह्यांच्या राजाला भेटायची इच्छा निर्माण झाली आहे, किती प्रेम करतात लोक त्याच्यावर.

योगी : हो ना मला पण त्याला भेटावसं वाटतंय, चला मग राजाला भेटूया. पण आता मीपण अदृश्य रूपात असणार तुझ्यासारखा.

मुक्ता : का रे?

योगी : कारण आपल्याला तो राजा खरंच कसा आहे ते बघायचं आहे, कोणाच्या समोर तर तो स्वतःला चांगलाच दाखवणार ना म्हणून त्याच्या नकळत त्याला भेटायचं.

मुक्ता : बरोबर बोलास तू, चल जाऊ लवकर.

मुक्ता आणि योगी क्षणात राजवाड्यात पोहोचले. राजमहाल इतका भव्य होता कि मुक्ताच्या डोळ्यांचे पारणे फिटले. सगळीकडे सेवक, सुरक्षा रक्षक तैनात होते. राजवाडा राज्याचे सौंदर्य आणि सुबत्तेचं प्रतीक असत हे जाणवत होत.

दगडी भक्कम खांब आणि त्यावरची नाजूक नक्षी लक्ष वेधून घेत होती, एक एक लाकडी दरवाजा आणी त्यावरती सुंदर असे देव, हत्ती, मोर, वाघ, सिंह, राजहंस कोरलेले होते, खांबांवरती धुमटाकार छप्पर होते, प्रत्येक ठिकाणी मलमली कापडाने पटदे बांधून ठेवले होते, मशाली जागोजागी पेटल्या होत्या, त्यांच्या प्रकाशात तर राजमहाल अजूनच सुंदर दिसत होता. राजवाड्यात मध्ये मध्ये लहान, मोठ्या सुंदर शोभेच्या, मातीच्या, धातूंच्या मूर्ती ठेवल्या होत्या. मुक्ता फक्त इकडे तिकडे बघत होती आणि मनात साठवून ठेवत होती

मुक्ता : देवा किती सुंदर आहे ना हे सगळं, देव करो माझ्या मनात हे सौंदर्य असच साठवून राहो.

योगी : तथास्तु.

मुक्ता : अरे देवा,मी विसरलेच कि वास्तू देवता कायम तथास्तु बोलत असते ते, माझी इच्छा वाया गेली.

योगी : काही नाही वाया गेली, आणि मी काही तुमच्या माणसांसारखा संधीसाधू नाहीये कि लगेच एक तुझी इच्छा कमी करायला. तुला अजून माझी ऑफर ओपन आहे. जे हवंय ते माग, तुला मिळेल

मुक्ता : पण खरं सांगू मला नाही काही डोक्यात येतंय, मला जर अजून थोडा वेळ मिळाला तर मी काही तरी विचार करेन.

योगी : अरे आरामात, तुला जितका हवा आहे तितका वेळ घे.

मुक्ता : देवा मला कळलं नाही, तू तर प्रत्यक्ष राजाच्या कक्षात नेऊ शकला असतास ना, मग आपण का फिरतोय असं राजवाड्यात?

योगी : अगं, तुम्हाला कुठे राजवाडा बघायला मिळतो, म्हणून म्हटलं तुला राजवाडा पण दाखववावा. आता जे तुम्ही जतन केलेले राजवाडे आहेत ते, आणि हे यात जमीन अस्मानाचा फरक आहे.

मुक्ता : हो ते बाकी खरं बोललास, हा खूप सुंदर राजवाडा आहे.

मुक्ता : देवा आता आपण कोणत्या काळात आहोत?

योगी : आता आपण १८ व्या शतकात आहोत.

मुक्ता : म्हणजे नक्की कोणाच्या काळात आलोय?

योगी : १७ व्या शतकात शिवाजी राजे होऊन गेले, आपण आलोय त्यांच्या नंतरच्या काळात.

मुक्ता : अरे देवा मग मला त्यांच्या काळात न्यायला हवं होतंस ना, त्यांना बघता आलं असतं ना मला.

योगी : (हसून) तुम्ही माणसं काही सुधारणार नाही, कितीही मिळालं तरी तुम्हाला कमीच असत ते, इतका मोठा राजवाडा दाखवतोय, इतिहासात नोंद नसलेला अजून एका महान राजाची भेट मिळवून देतोय त्याच काहीच नाही का?

मुक्ता : तसं काही नाही पण म्हटलं आपलं विचारून बघावं, बाकी काही नाही, देवा एक प्रश्न विचारू का ?

योगी : हो बोल ना .

मुक्ता : शिवाजी महाराज पण देवचं होते का तुझ्यासारखे?

योगी : नाही, पण त्यांचं कार्य हे देवासारखच पवित्र आहे. म्हणून मग त्यांना देवपण आलं. फक्त तेच नाही तर महात्मा फुले, सावित्री बाई, बाबासाहेब आंबेडकर हे सगळे देवच म्हटले पाहिजेत. त्यांनी माणसाला माणूस म्हणून कसं जगावं याच उत्तम उदाहरण दिलंय.

मुक्ता : जमलं तर बघ ना त्यांना पण भेटायला

योगी : (हसत) बोलता बोलता आलो बघ आपण राजाच्या कक्षा मध्ये. हा आहे सुदान नगरीचा पल्ली राजा.

असं बोलत योगीने एका व्यक्तीकडे बोट दाखवलं.

तो व्यक्ती एका माती आणी दगडाच्या छोट्या प्रतिकृतीकडे बघत विचार करत बसला होता. मोहक चेहरा, सरळ नाक, मोठे डोळे, विशाल कपाळ त्यावर त्रिशूळ रुपी गंध, मानेपर्यंत रुळणारे कुरळे केस, राजाला शोभेल असा पोशाख, रुबाबदार, बळकट देहयष्टीचा, बाणेदार नजरेचा, स्वर्ण अलंकारांनी युक्त असा तो खूप चिंतेत बसला होता, ती प्रतिकृती एका धरणाची होती.

इतक्यात एक सेवक आत आला त्याने राजाला मुजरा केला आणि सल्लागार आल्याची बातमी दिली व त्यांच्यासाठी प्रवेशाची परवानगी पण मागितली. राजाने त्यांना सन्मानपूर्वक आत यायला सांगितलं.

थोड्या वेळाने एक वृद्ध गृहस्थ आत आले आणि त्यांनी राजाला मुजरा केला व कशावर चर्चा करण्यासाठी बोलावलं आहे याची चौकशी केली. त्यांनाही कल्पना आलीच होती कि राजांच मन अस्वस्थ आहे धरणाच्या निर्मितीच्या निर्णयामुळे.

सल्लागार : राजे, आपला निर्णय आणि योग्य ती उपाययोजना यावर ंसविस्तर चर्चा झाली आहे ना सभेत तरीही तुम्ही इतके अस्वस्थ का बरं आहात.

राजा : मंत्री महोदय, ते सगळं बरोबर आहे पण तरीही अशांत झालोय मी, काही विचारांनी.

सल्लागार : जर आपणाला इच्छा असेल तर आपण माझ्याकडे मन मोकळे करू शकता.

राजा : आपण आमचे विश्वासू आहात, यात तर दुमत नाहीच, आम्ही ह्या गोष्टीचा विचार करत होतो कि, आपण पाणी अडवण्यासाठी जो काही हा प्रकल्प

करणार आहोत, तो आपल्याला जवळ जवळ २० ते ३० गावांना निर्वासित होण्याला जबाबदार ठरवणार आहे.

सल्लागार : ते खरं, पण या प्रकल्पाचे लाभार्थी १०० गावे आहेत हे कसं विसरून चालेल. आणि या प्रकल्पामुळे पूर्ण १२ मास शेती करता येणार आहे, आणि पिण्याच्या पाण्याची समस्या देखील दूर होणार आहे तसेच पुरग्रस्तांचा पण प्रश्न पूर्णपणे सुटणार आहे

राजा : व्यावहारिक दृष्ट्या बरोबर आहे सगळं, पण जर आपण भावनिक दृष्ट्या पाहिलं तर ज्या लोकांना आपली घरे, शेती, स्थावर मालमत्ता सोडून जावं लागणार आहे. त्यांचं काय? काय विचार करतील ते आमच्याबद्दल?

सल्लागार : त्यांना देखील त्यांची जितकी जमीन सोडावी लागणार आहे त्याच्या दुप्पट जमीन, घरासाठी देखील वास्तविक घराच्या दुप्पट आकारमानाचे घर, घरातील प्रत्येक इच्छुकाला नोकरीची हमी देणार आहोत ना आपण. मग त्यांना काही विचार करायचा प्रश्नच कुठे उरतो.

राजा : ते सगळं मला पटतंय, पण हे झालं आर्थिक भरपाईच , मानसिक भरपाईच काय. हे लोक इथे गेल्या कित्येक पिढ्यांपासून राहत आहेत. त्यांच्यासाठी सोपं असेल का त्यांचं सगळं काही सोडून एखाद्या अनोळखी ठिकाणी जाणं. माई माउली काय उत्तर देतील आपल्या लहानग्या मुलांना जेव्हा ते विचारतील आपण कुठे चाललोय आपलं घर सोडून तेव्हा. आपल्या जिवाभावाच्या माणसांचे जन्म, मृत्यू, आठवणी सगळं इथे सोडून कसे जातील हे लोक. ते ज्या घरात राहिले, ज्या विद्यालयात शिकले, ज्या रस्त्यावरून चालले, ते सगळं काही नष्ट होणार आहे हि भावना कशी पचवू शकतील ते. असंतोष नाही का माजणार या एका निर्णयाने?

सल्लागार : राजे काही प्रश्नांना उत्तर नसतात. पण आपण अशा प्रकारे भावनिक विचार करून विकासाच्या कामात आडवे येऊ नये हि विनंती. आणि आपली प्रजा सुज्ञ आहे ते असा नकारात्मक विचार करण्यापेक्षा हा विचार करतील कि आपल्या त्यागामुळे संपूर्ण राज्याला पाणीपुरवठा होऊ शकला. तसेच आपल्या राज्यात पुराचा त्रास पण बंद होईल, हा नियोजन बद्ध प्रकल्प राबविल्यामुळे. जे निर्वासित ठरणार आहेत त्यांनाच या पुरामुळे दर साल अपरिमित वित्तहानी आणि जीवितहानी होते. त्यामुळे मला नाही वाटत कोणी विरोध करेल आणि हा प्रकल्प राबवल्याबद्दल ते आपले उपकारी असतील त्यामुळे निरर्थक विचार करू नये.

राजा : मी जेव्हा केव्हा बाहेर जातो मला घराची ओढ लागलेली असते. ह्या घरामध्ये, घराच्या आजूबाजूला आमच्या मातोश्रींच्या आठवणी आहेत. त्यांचा इथे वास असल्याचा भास आम्हाला होतो. ह्या वास्तूत आमच्या मातेने आमचे संगोपन केले. आम्हाला अजूनही आठवत बागेत आम्ही झोक्यावर बसायचो आणि आमच्या मातोश्री त्या झोक्याला धक्का देऊन आम्हाला खेळवायच्या. ह्या देवघरात आमच्यावर त्या संस्कार करायच्या. ह्या भोजनघरात मी त्यांच्याबरोबर असायचो त्यांचा पदर पकडून. मला जर कोणी माझी स्थावर मालमत्ता सोडून जायला सांगितलं तर मी नाही जाणार, कितीही मालमत्ता मोबदल्यात दिली तरीही. कारण हि माझी मालमत्ता, माझ्यासाठी केवळ मालमत्ता नाही तर माझ्या आईच्या वास्तव्याची शेवटची आठवण आहे

सल्लागार : राजे तुम्ही अशा प्रकारे विचार करू नये, अशाने तुम्ही अपराधी असल्याच्या विचारांच्या गर्तेत अडकून पडाल, आणि त्यातच रुताल. याने आपल्याला भविष्यात खूप मोठं नुकसान होऊ शकत. त्यामुळे कृपया स्वतःला

अशा प्रकारच्या विचारांपासुन परावृत्त करा. आणि मला अजून काही बोलायची परवानगी द्यावी

राजा : नक्कीच, आपण आम्हाला वडिलांच्या ठिकाणी आहात. आपण निसंकोच होऊन बोलावे

सल्लागार : जर हा निर्णय आपल्या वडिलांनी घेतला असता. ते राजा असताना तर तुम्ही त्याला विरोध केला असता का? जर समजा तुम्हाला त्यांनीच राजवाडा सोडायचा हुकूम केला असता तर तुम्ही अमान्य केला असता का?

राजा : नक्कीच नाही, जसं ते बोलले असते अगदी तसंच केलं असत आम्ही.

सल्लागार : ज्या प्रमाणे तुम्ही त्यांचा आदेश पाळला असता, तसाच तुमचा आदेश तुमची प्रजा बिना विरोध पाळेल. आपल्याला माहित आहेच कि आपल्यावर प्रजा हि पिताव्रत प्रेम करते. त्यामुळे चिंता नसावी. आणि हे हि लक्षात घ्यावे कि आपण कधीही सगळ्यांच्याच मनासारखं नाही वागू शकत, प्रत्यक्ष देवालाही ते जमलं नाही तिथे आपली मनुष्य प्राण्याची काय पिशाद. जेव्हा एकाला एखादी गोष्ट मिळते तेव्हा दुसऱ्या कोणाकडून तरी ती वस्तू काढून घेतलेली असते. अशा परिस्थितीत आपण असा विचार करू शकतो कि कोणता निर्णय घेतल्याने कमी नुकसान होईल, किंवा जास्त फायदा होईल.

हा निर्णय घेतल्यामुळे आपण संपूर्ण राज्यासाठी सालभर पुरेल इतक्या पाण्याचा साठा करू शकणार आहोत, आपल्या शेतकऱ्याना बारमाही शेती करता येईल, पुराचा प्रश्न मिटेल आणि पुरामुळे होणार नुकसान टाळता येईल. आणि जर नुकसान बोलाल, तुमच्यालेखी ते ३० गाव निर्वासित होतील. पण मला नाही वाटत यात काही नुकसान आहे कारण तसंही ते पूरग्रस्त हे आहेतच त्यामुळे नाही त्यांना तिथे शेती करता येते किंवा आर्थिक सुबत्ता मिळवता येते. याउपर आपण

त्यांना चांगल्या उपजावू जमिनी देणार आहोत तेही त्यांच्या जमिनीच्या दुप्पट आणि राहायला घरही देणार आहोत, आहे त्यापेक्षा मोठं. त्यामुळे मला नाही वाटत कुणाचं या प्रकल्पामुळे नुकसान आहे.

राजा : (काहीसे शांत होत) आपणाबरोबर बोलल्याने आमचा मनाचा असंतोष बऱ्यापैकी शांत झाला आहे. धन्यवाद.

सल्लागार : आपण या योग्य समजलात त्याबद्दल आभारी. मला आज्ञा असावी.

राजा : आज्ञा आहे. उद्या सभेत भेटू. खूप काम करायची आहेत. उद्या सभेत औपचारिक घोषणा करू, आणि कामाला लागू. आपल्याला ह्या सालातील सर्व पर्जन्य साठवून ठेवायचा आहे.

सल्लागार : नक्कीच. महाराज पल्लींचा विजय असो, महाराज पल्लींचा विजय असो. निरोप घेतो राजे.

सल्लागार निघून गेले आणि राजा देखील चिंतामुक्त होऊन आपल्या भोजनालयात गेले

मुक्ता खूप प्रभावित झाली पल्ली राजांच्या व्यक्तिमत्वाला

योगी : काय मग मुक्ता बाई तुमचं काय मत आहे ह्या राजांच्या बद्दल?

मुक्ता : राजा असावा तर असा किती विचार करतोय हा आपल्या प्रजेचा

योगी : काय वाटत काय झालं असेल पुढे?

मुक्ता : यांच्या आत्मविश्वासावरून वाटतंय कि यांनी हा धरणाचा प्रकल्प पूर्ण केला असेल आणि सगळं राज्य सुखी झालं असेल

योगी : हो खरंच आहे ते, यांनी धरण बांधलं आणि पाण्याचा प्रश्न कायमचा सोडवला त्यांच्या राज्याचा. त्यामुळे त्यांच्या राज्याच्या सुबत्तेत आणखी वाढ झाली. परराज्यातूनदेखील लोक व्यापार करायला त्यांच्या राज्यात येऊ लागले आणि गुण्या–गोविंदाने एकत्र नांदू लागले.

मुक्ता : असे अजून लोक झाले पाहिजेत जगात, खरंच किती चांगला आहे हा राजा, ह्यांच्यामुळे त्याची प्रजापण किती आनंदी आहे.

योगी : (किंचित थांबून)तुला माहित आहे अजून वीस वर्षाने काय झालं इथे?

मुक्ता : काय झालं?

योगी : धरण बनलं, निर्वासित आपल्या दिलेल्या ठिकाणी पुनः स्थापित झाले. होत त्यापेक्षा त्यांना खूप काही मिळालं पण त्यामुळे काही लोकांनी श्रमाचा त्याग केला. आपली कर्मे करणं सोडून दिली, त्यांना पहिली पाच वर्षे काही कमी पडलं नाही कारण मिळालेलं खूप होत, त्यानंतर त्यांनी मिळालेलं विकायला सुरुवात केली, तेही पुढच्या पाच वर्षात संपून गेलं. मग त्यांना कामासाठी बाहेर पडावं लागलं पण तोपर्गंत कुशल कामगार वर्ग तयार झाला होता, त्यात दुसऱ्या राज्यातून कामासाठी आलेल्यांचं प्रमाण जास्त होत, ते मेहनत करून आयुष्यात प्रगती करत होते, पण त्यांच्याशी स्पर्धा करता न आलेल्यांचा एक गट बनला, आणि आपल्यात सुधारणा करून घेण्यापेक्षा त्यांनी कसं ह्या राजामुळे आपलं नुकसान झालं, आपल्याला आपलं घर सोडावं लागलं अशा विचारांची बीजे रोवायला सुरुवात केली. पुढे त्यांची मुले निर्वासितांची मुले म्हणून राजवाड्यात

कामाला लागली, आणि त्यांनी विश्वासघात करत राजावर विषप्रयोग करून आपला सूड घेतला.

मुक्ता : काय बोलतोस भयंकर आहे हे सगळं, अशा कुशल राजाबद्दल असं व्हावं ह्या सारख दुर्भाग्य नाही.

योगी : राजाला खूप काही करायचं होत त्याच्या लोकांसाठी, पण त्याला असा अर्ध्यातच निरोप घ्यावा लागला

मुक्ता : मरूदे ना अशा लोकांना, राजाने कशाला त्रास करून घ्यायचा स्वतःला. या अशा कुकर्मी लोकांसाठी

योगी : नाही मुक्ता, ज्यांनी विश्वासघात केला ते नेमकेच होते, पण ज्यांच्यासाठी राजा संपूर्ण आयुष्य झटला, ते लोक खूप जास्त होते आणि ते राजावर खूप प्रेम करत होते, त्यामुळे राजालादेखील असं वाटणं साहजिकच होत. आणि राजा जाण्याने दुतर्फा नुकसान झालं. राजाला आपली प्रजा सोडावी लागली ,तसेच प्रजेलादेखील आपल्या राजाला निरोप द्यावा लागला. त्यांना झालेलं नुकसानही न भरून काढता येण्यासारखच होत. आणि सर्वात महत्वाचं म्हणजे त्याच्याबरोबर जे काही ह्या मोजक्या लोकांनी केलं, त्यामुळे राजाने का बरं स्वतःमध्ये बदल करून घ्यावा. जे ह्याला जबाबदार होते, त्यांना तेव्हाच शिक्षा झाली आणि अजून अविरत होतंच आहे.  पण वेळ आहे ती राजाने पुन्हा जागं व्हायची आणि पूर्ववत कामाला लागायची. नाहीतर राजा असाच जन्म – मृत्यूच्या चक्रात अडकून राहील. आणि त्याचा हा जन्म हि असाच वाया जाईल.

मुक्ता : मग तो राजा का नाही आपली कर्तव्ये करत आहे?

योगी : मुक्ता, कसं असत आपल्याला जेव्हा नवीन जन्म मिळतो तेव्हा आपल्याला नव्याने सुरुवात करायची असते, त्यामुळे त्यांना पूर्वीच काहीच लक्षात राहत नाही. तसंच ह्या राजाच्या बाबतीत देखील झालंय. त्यामुळे त्याला काहीच आठवणार नाही. पण म्हणून मी आशा सोडणार नाही. मी प्रयत्न हा करतच राहणार.

मुक्ता : देवा ह्या कामात माझी काही मदत हवी असेल तर बेफिकीर होऊन सांग, मला जितक झेपेल, तितकं मी नक्की करीन.

योगी : तुला मी इतकंच सांगू शकतो कि, तू खूपच आत्मकेंद्रित झाली आहेस, स्वतःला जरा मोकळं सोड, तुला खूप लोकांना मदत करायची आहे, खूप लोक तुझ्यावर विसंबून राहणार आहेत त्यासाठी तयार राहा. कारण तुझी काही गतजन्माची देणी आहेत, ती तुला ह्या जन्मी द्यावी लागतील. तू स्वतःला असं किती दिवस एकटं ठेवणार आहेस?

मुक्ता : देवा तुपण मला पुन्हा लग्न करायला सुचवतो आहेस का?

योगी : नाही, कारण मला माहित आहे तू विवाहित आहेस, आणि तू परत लग्न करणार नाहीस ते. मला बोलायचं आहे कि तू लवकरच तुझ्या जीवनाच्या नवीन मार्गाला लागणार आहेस आणि त्यासाठी तयार रहा. बाकी तुझ्या लग्नाचं जर बोलशील तर तुझा नवरा खूप चांगला माणूस आहे. पण तुमचं एकत्र राहणं शक्य नाहीये.

मुक्ता : देवा, तुलाही असंच वाटतं का कि यात माझीच चुकी आहे म्हणून. देवा तुला माहित आहे ना माझ्याबरोबर किती काय प्रकार झालेत आणि म्हणूनच मला माझ्या मुलीच्या भवितव्यासाठी हा निर्णय घ्यावा लागला.

योगी : मला तुझीही बाजू माहित आहे आणि त्याचीही म्हणून तर म्हटलं चुकी कुणाचीच नाही पण तुम्हाला एकत्र राहण्याचा योगच नाही. त्यामुळे मी त्या विषयाबद्दल काहीच बोलणार नाही.

मुक्ता : मग देवा तुला काय वाटत. मी काय करावं पुढे जाऊन. कारण मी माझी सगळी कर्तव्ये पार पाडते. त्याव्यतिरिक्त आणखी काय करावं बरं मी?

योगी : मुक्ता, तू आता पर्यंत खूप काही केलस, पण तू आता जरा तुझ्या वैयक्तिक कामातून बाहेर आली पाहिजेस, कारण तुझ्यावर खूप मोठी जबाबदारी येणार आहे. तू फक्त तुमच्या दोघींच कुटुंब नाही बघू शकत. तुझं कुटुंब आता तुला वाढवावं आहे.

मुक्ता : देवा पण माझी तयारी नाहीये ह्या सगळ्यासाठी, जबाबदारी म्हणजे नक्की काय?

योगी : काही प्रश्रांची उत्तर हि योग्य वेळीच मिळतील मुक्ता.

मुक्ता : माझ्यावर अगोदरच माझी आणि माझ्या मुलीची पूर्ण जबाबदारी आहे, मी जर ते सोडून इतरांचं बघत राहिले तर माझ्या मुलीच्या भविष्याच काय होईल, तिला कोण बघेल, तिला दुसरं कोणी नाहीये माझ्याशिवाय. मला देवा माझ्याच मुलीला अग्रक्रम द्यावा लागणार, आणि इतर सगळ्यांचं बघायला माझी तेवढी परिस्थिती पण नाहीये किंवा मी तितकी खंबीर पण नाहीये देवा

योगी : तू नको काळजी करुस, सगळं ठीक होईल. तू फक्त सुरुवात कर, तुला कसलीही मदत मागायला बाहेर पडाव लागणार नाही, सगळे तुझ्या पाठीशी उभे

असतील सढळ हाताने, आणि परिस्थितीच बोलत असशील तर, कोणाचीही द्यायची इच्छा असावी लागते, मग त्याआड परिस्थिती येत नाही.

मुक्ता : ऐक देवा, मी आतापर्यंत काहीही चारसोबीसी केली नाहीये माझ्या आयुष्यात, तू विनाकारण मला फसवू नकोस कुठेही. मला माझा परिवार सोडता येणार नाही आणि तू दुसऱ्या कुणालातरी बघ तुझ्या कामासाठी. मी नकार देते समज हवं तर. आणि तू आधीच बोललास कि तू कोणावरही जबरदस्ती करत नाहीस. मग तू माझ्यावरही करू शकत नाहीस. तू मला तुझी इच्छा सांगितलीस, मी त्याला नकार देते. माफ कर मला पण मला माझी कामं सोडून दुनियादारी करायला नाही जमणार. तो माझा स्वभाव नाही कि आवडही नाही. तुला मी खूप स्वार्थी वाटेनं पण खरंच मला क्षमा कर.

मी आता इथपर्यंत यायला खूप मेहनत केली आहे. आता कुठे सगळं मार्गाला लागतंय आणि तू मला परत दुसऱ्या कुठच्यातरी दरीत लोटतोयेस. देवा माझंच चुकलं मीच तुझ्यावर विनाकारण विश्वास ठेवत आले. काय दिलस आतापर्यंत तू मला फक्त आणि फक्त त्रासच तरी मी कधी तुझ्याकडे काही मागितलं नाही. जे दिलस ते बिनातक्रार स्वीकारलं आता कुठे आयुष्यात एक शांतता येते तर तू मला परत अस्वस्थता देणार. मी तुझं काय बिघडवलय जो मला इतका त्रास देतोयेस.

योगी : मुक्ता माझं जरा ऐकशील का? तू काय बोलतेस ते सगळं मला कळतंय. पण हे, नवीन आयुष्य मी नाही देतय तुला. तुझं तूच ते निवडलं आहेस मी फक्त तुला पूर्व कल्पना द्यायला आलो आहे. कारण तुझी परीक्षा अजून कठीण होणार आहे पुढे. त्यातही तुला धैर्याने वागावं लागेल जस तू आतापर्यंत वागत आली आहेस. आणि त्यात तुला पास व्हावंच लागेल कारण त्यावरच पुढे कित्येक गोष्टी अवलंबून आहेत.

मुक्ता : (मध्येच) काय बोलतोस अजून त्रास वाढणार आहे , अरे आहे तो पुरा आहे मला. अजून द्यायची गरज नाहीये काही.

योगी : कशाला चिंता करते, होईल सगळं नीट. मी काहीच नाही बदलू शकत जे होणार आहे ते होणार आहेच. आणि ते गरजेचं देखील आहे फक्त तुझ्यासाठीच नाही तर कित्येक लोकांसाठी ज्यांचं आयुष्य तुझ्याबरोबर गुंतलेलं आहे. तू फक्त इतकं लक्षात ठेव, काहीही होवो मी तुझ्याबरोबर होतो, आहे आणि कायम असणार आहे. आणि परीक्षा त्यांचीच घेतली जाते. जे त्या परीक्षा पास करण्याची योग्यता ठेवतात.

मुक्ता : (अस्वस्थ होऊन) देवा मला काही ऐकायचं नाहीये तुझं. मला परत मी होते तिथे नेवून ठेव. आणि मला काही तुज्या परीक्षेत बसायची इच्छा नाहीये. माझं जस चालू आहे आयुष्य तसं ठीक आहे. आणि मला तू परत भेटायची पण चूक करू नकोस. मला देव म्हणून जितका आदर होता तुझ्याबद्दल तोही तू गमावून बसलास. इतकं आयुष्य माझं स्ट्रगल करत गेलं. तुझ्याकडे मी काही मागितलं नाही, अविरत प्रयत्न करत राहिले. आता तू भेटतोस आणि बोलतोस माझी परिस्थिती अजून खालवणार आहे म्हणून. याला काय अर्थ आहे. जर तू मला मदत नसशील करू शकत, तर मग काय तुझा फायदा?

योगी : हेच तर मी तुला समजावण्याचा प्रयत्न करतोय कि, तुला मदतीची गरज नाहीये. तर मला तू मदत कर तुला ह्या चक्रातून बाहेर काढायला.

मुक्ता : देवा मला तुझं काही नाही ऐकायचं आहे, मला तू मी होते तिथे पाठव बस

योगी : तथास्तु आणि ऑल द व्हेरी बेस्ट. योग्य वेळ आली, कि तुझंच तुला कळेल.

मोठा प्रकाश झाला आणि मुक्ता अचानक मंदिराच्या दारात पोहोचली, तिला ती इथे कशी आली तेच कळलं नाही. तिला वाटलं कि थोड्यावेळापूर्वी ती इथे नव्हती, आणि अचानक कुठूनतरी प्रकट झाली. तिने वळून मंदिरात बघितलं, देवाच्या मूर्तीला नमस्कार केला आणि गाडीच्या दिशेने चालू लागली. कोणीतरी बरोबरचं चुकल्यासारखा तिला सतत भास होत होता, पण कोण ते तिला आठवत नव्हत. कुणाच्यातरी तीव्र आठवणींची जाणीव तिला होत होती. तिच्या नकळत डोळ्यातून पाणी येत होत. काळजात कोणीतरी धारधार सुरा घुसवून काढत असल्याचा भास तिला होत होता. तिला खूप लांबचा प्रवास करून थकून गेल्यासारखं झालं होत. तिचं डोकं जड व्हायला लागतं होत. घाम फुटायला सुरुवात झाली होती. तिला गाडीकडे एक-एक पाऊल टाकणं पण शक्य वाटतं नव्हतं, पाऊले जड झाली होती. काय चालू आहे हे तिलाच कळत नव्हतं. आजूबाजूला इतके लोक आहेत पण एकटं पडल्यासारखं तिला होतं होत. तिला वाटत होत ह्यांना ओरडून सांगावं कि "मला कसला तरी त्रास होतोय, मदत करा मला" पण तिच्या तोंडून शब्दच फुटत नव्हते. ती जड पावलाने गाडीपर्यंत गेली, तोपर्यंत ती पूर्णपणे घामाने भरलेली होती आणि अशातच ती खाली कोसळली. कोसळताना ती पुटपुटली "देवा मला वाचव",आणि तिने डोळे बंद केले.

*****

मुक्ता दवाखान्यात बेड वर पडली होती. तिला कृत्रिम ऑक्सिजन चालू होता. सलाईन लावलं होत. ठिकठिकाणी हातावर सुया टोचून झाल्या होत्या आणि पट्ट्या चिटकवल्या होत्या. तिने हळूच डोळे उघडले. तेही करायला तिला

खूप श्रम पडत होते. तिला अंधुक मानवी आकृत्या दिसत होत्या. पण समोर कोण आहे ते कळत नव्हतं. तिने परत डोळे मिटले. पण इथे दवाखान्यात एकच जल्लोष झाला. कारण पूर्ण एक आठवड्याने मुक्ताने डोळे उघडले होते. तिला हृदय विकाराचा तीव्र झटका आला होता आणि त्यानंतर ती इतके दिवस कोमामध्ये होती, तिला कधी शुद्ध येईल हेही सांगता येत नव्हते. दवाखान्यामध्ये आतापर्यंत मुक्ताचे सगळे जवळचे नातेवाईक तिला बघायला आले होते. तिचे आई –वडील, मुलगी माया, बहीण आशा, बहिणीचा नवरा विलास, त्यांची मुलं मानस, मनीषा, आणि मुख्य म्हणजे मुक्ताचा नवरा प्रेम सुद्धा आला होता. प्रेम आणि मुक्ता लग्नानंतर २ वर्षच एकत्र राहिली होती त्यानंतर ती कधीच एकमेकांना भेटली नव्हती. जवळ जवळ अठरा वर्षानंतर ते आज भेटणार होते. प्रेम पण सुंदर, रुबाबदार, मुक्ताला साजेसाच होता. त्या दिवशी मुक्ता देवळाबाहेर चक्कर येऊन पडली तेव्हा प्रेमचा मित्र पण मंदिरातल्या गर्दीत होता. तेव्हा त्याने प्रेमला फोन करून सगळं सांगितलं आणि प्रेम मुक्ताला घेऊन दवाखान्यात आला. मुक्ताचं नशीब बलवत्तर म्हणून तिला वेळेत आणलं गेलं. नाहीतर मुक्ता वाचू शकली नसती.

डॉक्टर मुक्ताला तपासत होते आणि सगळे बाहेरच्या काचेतून त्यांना बघत होते. मुक्ता परत कधी डोळे उघडेल, याची सगळे जण वाट बघत होते. जसे डॉक्टर बाहेर आले तसे सगळेजण डॉक्टरांच्या भोवती जमा झाले आणि मुक्ता बद्दल विचारू लागले. तेव्हा डॉक्टर सगळ्यांना समजवायच्या सुरात उत्तरले.

डॉक्टर : नका काळजी करू, येईल ति शुद्धीत थोड्या वेळात. स्ट्रॉंग औषधांमुळे जरा तिला गुंगी आली आहे. जसा प्रभाव संपेल ती डोळे उघडेल. पण तिला कोणताही त्रास होईल असं काही करू नका. प्रश्न विचारून तिला भांडावून सोडू

नका. त्याने तिला लवकर बरं होण्यात अडसर येईल. आणि एका वेळेला एकानेच आत जायचं तिला भेटायला. सगळे एकदम घुसू नका.

असं बोलून डॉक्टर दुसऱ्या वॉर्ड मध्ये गेले.

इथे थोड्या वेळाने मुक्ताने डोळे उघडले तशी माया पळतच गेली आतमध्ये आणि मुक्ताच्या समोर जाऊन बसली.

मुक्ताने मायाला पाहिलं आणि तिने स्मितहास्य केलं. मुक्ताला कल्पना आली काय झालं असेल याची.

माया : (भरलेल्या डोळ्याने) काय ग आई हसतेस जीवच काढलास आमचा तू. कसं वाटतंय तुला?

मुक्ताला बोलायला येत नव्हतं. ती डोळ्यांनी आणि मानेनेच उत्तर द्यायचा प्रयत्न करत होती. मायाला तिची अडचण कळली आणि ती पटकन उठून मुक्ताच्या जवळ गेली आणि तिचा चेहरा प्रेमाने गोंजारु लागली

माया : तू बरी आहेस यातच सगळं आलं, तुला बोलायची काही गरज नाही. डॉक्टर बोललेत आहेस तू बरी आणि लवकरच तुला घरी पण घेऊन जाऊ शकतो. तू काळजी करू नकोस फक्त लवकर बरी हो. मी आहे बाहेर. सगळे आलेत तुला भेटायला मी आजीला पाठवते आत. (असं बोलून माया बाहेर गेली)

माया बाहेर आल्यावर सगळ्यांना सांगते कि "तिला बोलायला जरा त्रास होतोय म्हणून कोणी तिच्याबरोबर बोलत बसू नका. फक्त तिला बघा आणि लगेच बाहेर या आणि मी तिला सांगितलंय कि ती बरी झाली आहे आणि लवकरच तिला घरी पण नेता येईल तुम्हीपण तेच सांगा आणि कोणी रडू नका तिच्यासमोर"

सगळेजण एक-एक करून मुक्ताला भेटून आले. आणि सगळ्यांना हायस वाटलं मुक्ताला बघून.

सगळे मुक्ताला बघायला गेले पण प्रेम काही आत गेला नाही. माया प्रेमकडे जाऊन विचारते.

माया : बाबा तुम्ही कधी जाणार आईला भेटायला?

प्रेम : बाळा मला इच्छा तर खूप आहे, पण मला हिंमत होत नाहीये आणि मला वाटतंय तिला भेटायची हि वेळ योग्य नाही आहे. ति गोष्टी कशा घेईल ते सांगू शकत नाही आपण. जर तिची तब्बेत आणखी बिघडली तर? मला तिची काळजी वाटते. महत्वाचं मी तिला भेटणं नसून तिने लवकर बर होणं आहे.

माया : मी बोलू का तिच्याशी, मग अंदाज घेऊन सांगते तुम्हाला कधी भेटायचं आहे ते

प्रेम : नकोच, मीच अंदाज घेईन आणि योग्य वेळ आली तर तिला भेटेन. आणि महत्वाचं, तू तिच्यासमोर माझी बाजू घ्यायची नाहीस, कारण त्याने तुमचे संबंध वाईट होऊ शकतात. मला जे बोलायचं आहे ते मीच बोलणार. दुसऱ्या कोणीही मध्ये पडायचं नाही. मी अपराधी आहे तिचा, तिला कसं तोंड दाखवू तेच कळतं नाही.

माया : बाबा इतके दिवस आपण वेगळे राहत होतो. मला वाटत आता आपण एकत्र कुटुंब बनून राहायला हवं. जे काही तुमच्यात झालं असेल ते तुम्ही दोघेही विसरू शकत नाही का?

प्रेम : बघू … , सध्या तू तुझ्या आईची काळजी घे, आणि काही हवं असेल तर मला सांग, माझा नवीन नंबर दिलाय ना तुला, त्यावर कॉल कर. मी असेन आसपासच

(असं बोलून अस्वस्थ मनाने प्रेम निघून गेला)

बघता बघता अजून एक आठवडा निघून गेला, मुक्ताच्या तब्बेतीत आता सुधारणा होत होती. तिला आईने सांगितलं कि तुला वेळेत देवळातून दवाखान्यात आणणारा, ज्याच्यामुळे तू जिवंत आहेस, तो व्यक्ती भेटायला आलाय, तू घे भेटून आम्ही आहोत बाहेर. मुक्ताला ऐकून, त्या व्यक्तीबद्दल खूप आपुलकी आणि कृतज्ञता वाटली. कारण अनोळखी असूनही इतकं करणं, आजकाल अशक्य गोष्ट आहे. त्यामुळे ती आतुरतेने दरवाज्याकडे बघत होती. इतक्यात दरवाजातून प्रेम फुलांचा मोठा गुच्छ घेऊन आत आला. तो हसण्याचा प्रयत्न करत होता पण चेहऱ्यावरून तो बिथरलेला कळत होता. त्याला ती कशी वागेल याचीच काळजी होती आणि ती दिसतही होती त्याच्या चेहऱ्यावर. फक्त तोच नाही तर सगळ्यांनाच ह्या गोष्टीची काळजी वाटत होती. कारण ते अठरा वर्षानंतर पहिल्यांदा भेटणार होते. ह्यांचा संसार परत रुळाला लागावा हीच सगळ्यांची इच्छा होती. त्यामुळे मुक्ता कशी वागते याचीच काळजी होती सगळ्यांना. प्रेम अगदी मुक्ताला आवडेल असा तयार होऊन आला होता. सफेद रंगाचा आणि त्यावर काळ्या रंगाच्या चौकडी असलेले फुल बाह्यांचे कडक इस्त्रीचे शर्ट, तेही हातावर फोल्ड केलेले. डाव्या हातात मनगटी घड्याळ, काळी ट्राऊजर, पॉलीश केलेले बूट. केस व्यवस्थित विंचरलेले. सायलेंट रोज फ्रॅग्रन्स चा परफ्युम. शर्टला अडकवलेला गॉगल.

मुक्ता त्याला बघतच राहिली. ती कोण्या अनोळखी व्यक्तीची अपेक्षा करत होती आणि हा तर तिच्या ओळखीचाच निघाला. प्रेम आत येऊन उभा राहिला तरीहि मुक्ता दरवाज्यातच पाहत होती.

प्रेम : (टेबलावर फुलांचा गुच्छ ठेवत) कशी आहे तुझी तब्बेत मुक्ता ?

मुक्ता : मी छान. तू कसा आहेस?

प्रेम : मीही छान.

मुक्ता : कोणी होत का बाहेर, तू येताना?

प्रेम : नाहीतर, काय झालं.

मुक्ता : कोणी येणार होत मला भेटायला, ज्यांच्यामुळे मी आज जिवंत आहे. ज्यांनी मला वेळेत दवाखान्यात आणलं

प्रेम : तो मीच आहे. मीच आणलं तुला दवाखान्यात

मुक्ता : (आश्चर्यचकित होऊन) कसं शक्य आहे, तू तर इथे राहत पण नाहीस. मग कसा आलास त्यादिवशी तिथे?

प्रेम : तुला कोण बोललं मी इथे राहत नाही ते, गेली कित्येक वर्ष इथेच तर राहतोय मी, पण आपण भेटण्याचं काहीच कारण नव्हतं म्हणून तुला माहित नाही.

मुक्ता : (प्रश्नार्थक नजरेने) त्या दिवशी नेमका कसा काय तू मंदिरात ?

प्रेम : उगाच आणलं तुला दवाखाण्यात, त्या दिवशी तसंच सोडायला हवं होत रस्त्यात. अजून तुझी उलट तपासणी करायची सवय गेली नाही

मुक्ता : मला माझ्या प्रश्नांची उत्तर दे, गपचूप. त्या दिवशी तू कसा होतास तिथे?

प्रेम : अगं, माझा मित्र होता. त्याने पाहिलं तुला म्हणून मग मला फोन केला. जवळच होतो म्हणून लगेच मी तिथे आलो आणि आणलं तुला दवाखान्यात

मुक्ता : कोणता मित्र?

प्रेम : तू नाही ओळखत त्याला.

मुक्ता : मग तो कसा मला ओळखतो?

प्रेम : वहिनी त्याची म्हणून ओळखतो.

मुक्ता : जर इतकं प्रेम आलं होत माझ्या दिराला मग त्यानेच का नाही आणलं दवाखाण्यात? लाडाच्या दादासाठी का थांबला. माझी इतकी वाईट अवस्था असतानाही.

प्रेम : म्हणजे जेव्हा मी आणलं तेव्हा तोही होताच कि माझ्याबरोबर. तुला सांग नक्की काय ऐकायचं आहे माझ्याकडून. ते मी बोलून टाकतो. मग तुला पण चौकशी करायचा त्रास नको

मुक्ता : असं काही नाही, पण शंकेचं निरसन करून घ्यावं म्हटलं. नाहीतर एक धन्यवाद वाया जायचा.

प्रेम : काय धन्यवाद? आणि तू?

मुक्ता : धन्यवाद माझे प्राण वाचवल्याबद्दल. तूझ्याऐवजी दुसरा कोणी असता तरी बोललेच असते ना.

प्रेम : हो , बरोबर.

(थोडावेळ अशीच शांतता पसरली, दोघांनाही काही बोलावं कळत नव्हतं)

प्रेम : चल मग काळजी घे, लवकर ठणठणीत हो.( थोडा वेळ थांबून) मी आलो अधूनमधून भेटायला तर चालेल का तुला?

मुक्ता : नको येऊ बोलले तर नाही येणार का?

प्रेम : नाही बोललीस तरी येणारचं मी, पण तुला भेटणार नाही.

मुक्ता : (विचार करून) ये पण, औषधासारखा वारंवार नको. जीव वाचवलास इतकी तर मुभा मला द्यावीच लागेल तुला. पण त्याआधी तुझ्या बायकोलापण विचार रे, नाहीतर येईल माझ्या मागे मला मारायला.

प्रेम : चांगला प्रयत्न होता जाणून घ्यायचा. पण सॉरी टू से, मी नाही केलं लग्न पुन्हा.

मुक्ता : परत तुला मी माझ्या आयुष्यात उभं करेन, असं वाटत असेल तर सांभाळून बर का, पुढे जाऊन उगाच तुझा भ्रमनिरास व्हायचा

प्रेम : मलाही नाही यायचंय तुझ्या आयुष्यात. मी खूप सुखी आहे आता. चल मी निघतो. परत या बाजूला आलो तर येऊन जाईन. काळजी घे.

प्रेम तिचा निरोप घेऊन निघाला. जसा तो दरवाज्यातून बाहेर आला तसे सगळे जण त्याला हातवारे करून गुड लक विश करू लागले, तोही ओठावर बोट ठेवून सगळ्यांना शांत राहण्याचा सल्ला देत दवाखान्याबाहेर निघून गेला. जसा तो बाहेर आला तसे इथे मुक्ताची आई, बहीण आणि मुलगी ह्यांनी मुक्ताच्या भोवती घोंगावायला सुरुवात केली.

मुक्ताला त्यांची नाटकं कळली आणि ती रागाने बोलू लागली.

मुक्ता : तुम्हाला माहित होत ह्याने मला वाचवलंय, मग मला सांगितलं का नाही, हा काय सरप्राईज देण्याचा विषय आहे का?. मला तर वाटत ह्यानेच सगळं प्लॅन केलं असेल. आधी मला हिप्नोटाईज करून मला काही दवा वैगेरे देऊन दवाखान्यात घेऊन आला असेल आणि इथे डॉक्टरांना पण सामील करून घेतलं असेल. तुम्ही जराही चौकशी का नाही केली. नक्की मी आजारी होती का. मला अचानक कसा काय अटॅक येऊ शकतो. तुम्हीही ह्यांच्या होला हो म्हणत फसला असणार.

आई : अगं. मुक्ता जनाची नाही तर मनाची तरी ठेव. तो बिचारा एवढा जीव लावतो तुला, आताच मरणाच्या दारातून परत आलीस तरी तुला काही शहाणपण आलं नाही. स्वतःचंच खरं करण्याची तुझी सवय सोड आता. बोलता येत होतं का तुला आठवड्यापूर्वी आणि आता इतका अविश्वास दाखवतेस. ह्याच तुझ्या सवयीने स्वतःचा सुखाचा संसार मोडलास आणि त्याला बिचाऱ्याला देशोधडीला लावलंस. जरा लाज बाळग आणि सुधर जरा.

आशा : तिला त्रास नको देवूस ग आई. तिला आराम करुदे

मुक्ता :  ज्याला जे निरोप द्यायचे आहेत ते द्या, पण हा मला परत नाही भेटायला आला पाहिजे, ह्याची काळजी घ्या. जरी जीव वाचवला अराला, तरी काय

त्यालाच जीव देऊ का परत घ्यायला. इतकं प्रेम येत असेल त्याच्यावर तर दत्तक घे त्याला मग बघ कशी थेरं करेल तो ते, मग येशील माझ्याच बाजूला त्याला शिव्या द्यायला.

आशा : इतकाही वाईट नाही ग तो, तू त्याला कधी त्याची बाजू समजावून सांगायची संधी पण दिली नाहीस. तरी तो अजून तसाच आहे बघ एक पत्नी रामा सारखा.

मुक्ता : त्याच कौतुक मला नको सांगू, जर आपण एखाद्यावरती प्रेम करतो तर त्याची साथ देणंही महत्वाचं असत.

आई : झाली हि बरी, मी डॉक्टर बरोबर बोलून हिला सोडतायेत का ते बघते.

आशा : तुम्ही माय–लेकी नाहीत सुधरायच्या. (सगळे हसू लागतात)

त्यानंतर दर दोन–एक दिवसाने प्रेम मुक्ताला भेटायला येऊ लागला. तिला जेवण भरवणे, तिचे केस विंचरणे, औषधे विकत आणणे, काही हवं नको ते बघणे, सगळं करू लागला आणि मुक्ताला त्याचा विरोध पण करता येईना, कारण घरातल्या सगळ्यांचा त्याला पाठिंबा होता. म्हणून मग मुक्ताने पण माघार घेतली आणि तिचा त्याच्याविषयीचा विरोध पण मावळला. मुक्ता जर तो आला नाही तर त्याची वाट बघत बसू लागली. मायाही खुश होती कारण आई वडील दोघांचं प्रेम तिला एकत्र मिळत होतं. मुक्ताचे आई–वडील पण आता निर्धास्त झाले होते. कारण त्यांना आता मुक्ताची काळजी घ्यायची गरज नव्हती. मुक्ताला प्रेम आवडत होताच पण तो कोणतीच जबाबदारी घ्यायचा नाही म्हणून मुक्ताने त्याच्यापासून जवळीक तोडली होती. पण आता तर त्याच वागणं खूप बदललं होत. तो मुक्ताचं सगळं काही जबाबदारीनं करत होता. मुक्ताच्या दवापाण्याच्या

खर्चापासून तो सगळं काही करत होता. त्याच्यातील बदलाचा मुक्ताला खूप अभिमान वाटत होता. उशिरा का होईना पण नवर्‍याला त्याची जबाबदारी कळली म्हणून तीही खूप खुश होती. इथे मुक्ताला तिचे नातेवाईक, ऑफिसचे सहकारी, शेजारी भेटायला येत होते तिच्या तब्बेतीची चौकशी करत होते. मुक्ताला २-१ दिवसात घरी सोडणार असल्याचे संकेतही होते कारण ती आता चांगल्याप्रकारे औषधांना साथ देत होती. अशातच मुक्ताच्या शेजारी असलेल्या जोशी काकू तिला बघायला आल्या आणि भेटून जाताना त्यांनी आशाला बाजूला घेतले आणि चौकशी करू लागल्या.

जोशी काकू : अगं आशा, मुक्ताने असं पाऊल का उचललं.

आशा : काय झालं काकू? असं का बोलताय?

जोशी काकू : अगं आपण जवळची माणसं आहोत ना हिची तिचे आई-वडील, तू किंवा मी आपण तिला नाही बोललो असतो का हिने इतका टोकाचा निर्णय का घ्यायचा.

आशा : मला काही कळलं नाही काकू.

जोशी काकू : अगं हिने आजारपणाच्या खर्चासाठी म्हणून घरच विकलं कि, मला विश्वासच बसत नाही कि मुक्तासारख्या हुशार मुलीने आपत्कालीन खर्चासाठी तरतूद केलेली नसावी म्हणून. तुला कसं माहित नाही. गेल्या आठवड्यापासून एक कुटुंब राहतंय तिच्या घरात. मी येता-जाता बघते त्यांना. पण शेवटी मी काल त्यांना विचारलंच कि तुम्ही मुक्ताचे नातेवाईक आहात का? तेव्हा त्यांनी सांगितलं कि तिने घर ह्यांना विकलं आहे पैशाची गरज आहे म्हणून.

आशा : कसं शक्य आहे, इतका मोठा व्यवहार मुक्तिशिवाय कसा होईल. आणि हिची अवस्था बघतोयच ना आम्ही.

जोशी काकू : मी विचारलं त्यांना ते. तेव्हा कळलं कि मुक्ताने power of attorney दिलीय कोण्या प्रेम इनामदार ला आणि त्याच्याकडून सगळा व्यवहार झाला म्हणून.

आशा : (विषय टाळायच्या उद्देशाने) अच्छा, असेल मग काही गरज मी चौकशी करते तिच्याकडे आणि सांगते तुम्हालाही नंतर. तुम्ही काळजी नका करू. तिचे पुढचे प्लॅन्स असतील नक्कीच.

जोशी काकू भेटून गेल्यावर आशाला काही चैनचं पडेना तिला विश्वासच बसेना असं काही होईल याची. मुक्ताकडून आशाने प्रेमचे प्रताप ऐकले होते पण बघायची संधी मिळेल असं काही तिला वाटलं नव्हतं. तिला कुठेतरी पश्चाताप पण झाला कि आपण मुक्ता नको म्हणत असतानाही प्रेमला पाठिंबा दिला आणि त्यामुळेच आज ही वेळ आली. किंवा असही होऊ शकत कि हे घर विकून, दोघांचा एकत्र प्लॅन असेल काही नवीन करायचा. पण २-३ आठवड्यामध्ये इतकी भुलायची नाही मुक्ता ह्या प्रेमला असंहि कुठेतरी वाटून गेलं आशाला. शेवटी काय ते खरं खोटं करायचं म्हणून आशा मुक्ताच्या घरी भेट द्यायचं ठरवते. त्याप्रमाणे ती थेट मुक्ताच्या घरी जाते तर तिथे जोशी काकूंनी सांगितल्याप्रमाणे खरंच एक कुटुंब राहत होत. आशा त्यांना आपली ओळख सांगते आणि सगळी माहिती त्यांच्याकडून काढून घेते. तिला धक्काच बसतो हे सगळं जाणून घेऊन. त्यांनी प्रेमकडून हे घर विकत घेतलं आहे, आणि त्याने सांगितलं कि मुक्ता आणि दोघे आता दुसऱ्या शहरात जाणार आहेत म्हणून घर विकतायेत असं. आता आशाला कळेना कि खरच मुक्तालाही हे सगळं माहित आहे कि प्रेम परस्पर हे

सगळं करून मोकळा झाला आहे ते. पण आता मुक्ताला कसं बरं विचारावं या विचाराने आशा परत दवाखान्यात आली. दवाखान्यात आल्यावर आशाला कळलं कि उद्या मुक्ताला सोडणार आहेत आणि सगळ्यांची एकच जंगी तयारी चालू झाली आवरा–आवरीची. आशाला कळतंच नव्हतं कसा विषय काढावा म्हणून, इथे प्रेमपण तिला अस्वस्थ दिसला. आशाला समजायला वेळ नाही लागला कि प्रेमने सर्वकाही परस्परच केलय आणि मुक्ताला याची माहिती नाही आहे कारण जसं कळलं कि मुक्ताला सोडणार आहेत, प्रेम पुरता घाबरला. आशालाही हे सगळं कसं सांगावं मुक्ताला ते कळत नव्हतं, कारण मुक्का आताच कुठे जरा आजारपणातून बाहेर पडत होती. इतका मोठा धक्का तिला पचवता येईल का याचाच आशा विचार करत होती.

इतक्यात मुक्ताला तिच्या ॲडमिन चा फोन आला कि, आपली संपूर्ण टीम आणि आपले कंपनीचे संस्थापक तुला भेटायला येत आहेत दवाखान्यात. मग काय सगळी पळापळ सुरु झाली दवाखान्यात. मुक्ताची रूम जितकी होईल तितकी सजवली गेली. पसारा आवरुन ठेवण्यात आला. मुक्ताला केस विंचरून बसवले गेले. इतके करेपर्यंत सगळे जण दवाखान्यात धडकलेही. मुक्ताची कंपनी छोटेखानी होती जेव्हा तिने जॉईन केलेली, पण हळू हळू कंपनी बऱ्यापैकी मोठी होत गेली आणि मुक्का हि देखील तिच्या प्रगतीला कारणीभूत असलेली, जुन्या निवडक लोकांमधली एक व्यक्ती बनली, संस्थापक त्यांच्या जुन्या टीममधल्या प्रत्येकाला ओळखत होते. त्यांनी मुक्तासारख्या २०–३० जणांबरोबर त्यांची कंपनी सुरु केली होती तिचा आकडा आता ८००० पार झाला होता. पण ते त्यांचे असलेले जुने सहकारी ह्यांनाही तितकेच आपुलकीने बरोबर घेऊन पुढे जात होते.

# भेट एक वळण

दवाखान्यात सगळ्यांना एकत्र आत न येता आल्यामुळे संस्थापक निवडक सहकार्यांना घेऊन मुक्ताला भेटायला तिच्या रूममध्ये आले. अतिशय तेजस्वी, अनुभवी आणि सकारात्मक वलय भोवती असलेले असे साठीतले तरुण व्यक्तिमत्त्व होते त्यांचे. ते आलेच ते खूप सारे आनंदी वातावरण घेऊन. ते भला मोठा फुलांचा पुष्पगुच्छ घेऊन आत आले आणि त्यांच्या मागे सहकारी, ऍडमिन, ऑफिस बॉय.

मुक्ता :दीपन सर, आपण कशाला त्रास घ्यायचा, मी येणारच होते काही दिवसात ऑफिसला.

दीपन सर : म्हणूनच मग मी आलो तुला भेटायला, तुला सांगायला कि काही गडबड करू नको अजून महिनाभर आराम कर, नंतर जॉईन कर ऑफिस. ऑफिस काही पळून जात नाही. बाकी बेटा तुझी तब्बेत कशी आहे. मला जेव्हा कळलं खूप वाईट वाटलं, तू कशाचं टेन्शन घेतलं का? असं अचानक कसं झालं. मी कालच आलो इंडियामध्ये म्हटलं पहिलं तुला भेटू, मग सारी काम बघू.

मुक्ता : नाही सर कसलं टेन्शन, काहीच नाही . अचानकच झालं सगळं पण दैव बलवत्तर म्हणून आहे अजून.

दीपन सर : दैव आमचं बलवत्तर आहे बेटा. आम्हाला तुमच्या सारखे लोक गमावण परवडणार नाही.

मुक्ता : सर हा तुमचा मोठेपणा आहे. बाकी काही नाही.

दीपन सर : अजून काही तरी आहे बेटा तुज्यासाठी (असं म्हणून सरांनी ऑफिस बॉय कडे पाहिलं, आणि हात पुढे केला, तसं त्याने एका बॅगेतून स्मरणचिन्ह काढलं आणि सरांकडे दिल) बेटा आज पंधरा वर्ष झाली तुला आपल्या कंपनीमध्ये (असं म्हणत सरांनी तिला स्मरणचिन्ह देऊ केलं, मुक्ताही पुढे आली आणि तिने त्या चिन्हाचा स्वीकार केला) तुझी पंधरा वर्षे कंपनीला दिल्याबद्दल धन्यवाद. आणि आता तुझी जबाबदारी अजून वाढणार आहे.

(असं म्हणत सर ॲडमिन कडे बघून पदोन्नती पत्र द्यायला सांगतात, ॲडमिन एक पाकीट काढून देते सरांकडे. सर पाकीट खोलून पदोन्नती पत्र काढून मुक्ताच्या पुढे धरतात) मुक्ता आता आपला पसारा आपण अजून वाढवणार आहोत आणि तुला EMEA region सांभाळायच आहे, तुला "EMEA Delivery Head" म्हणून कार्यभाग सांभाळायचा आहे. आणखी एक अजून छोटीशी भेट कंपनी कडून. (असं म्हणत सर एक चावी पुढे करतात)

मुक्ता : सर धन्यवाद तुमच्या इतक्या विश्वासाबद्दल (आश्चर्याने) हि चावी कसली सर?

दीपन सर : मुक्ता तुला कंपनीकडून एक छोटंसं घर, कंपनीच्या जवळ.

(आशा आणि प्रेम लगेच खुश झाले, कारण त्याने मुक्ताचा धराचा प्रश्न सुटणार होता. पण मुक्ताला तिच्यावर आलेल्या या समस्येचा सुगावा पण नव्हता)

मुक्ता : (नम्रपणे) सर धन्यवाद पण माझं स्वतःच घर आहे. त्यामुळे मी ह्या भेटीचा स्वीकार नाही करू शकत. इतर सर्व मान मी स्वीकारू शकते. पगाराव्यतिरिक्त कोणतीही मोठी गोष्ट कंपनीकडून घ्यायला मला माझीच परवानगी नाही सर, मला माफ करा.

दीपन सर : तू घे रेंटने दे हवं तर. (मध्येच थांबून) मला वाटलंच होत तू नाही घेणार, आज नाही ओळखत तुला मी. हट्टी कुठची.(काहीसे नाराजीने)

मुक्ता : नको आणखी एक घर मला, त्याची काळजी कोणी घ्यावी परत. (विचार करून) सर मला एक कल्पना सुचलीय. आपले गेस्ट हाऊस तसेही कमीच पडतात कोणी बाहेरून आलं तर, म्हणून मग मी हे माझं नवीन घर गेस्ट हाऊस म्हणून देऊ इच्छिते कंपनीला, त्याचा स्वीकार करा.

दीपन सर : (आनंदाने) मला तुझा हा प्रामाणिकपणाच खूप आवडतो. ठीक आहे मी ते घर गेस्ट हाऊस म्हणून वापरेन. पण त्या बदल्यात मग मला तुला आपल्या कंपनीचे काही शेयर्स द्यायला आवडेल, त्याला नाही नको बोलूस. माझ्या शब्दाचा मान ठेव. आणि अजून एक महिना सक्तीचा आराम कर आणि डॉक्टरचे फिट असल्याचं लेटर आणल्याशिवाय कामाला यायचं नाही. हि ऑर्डर समज हवं तर.

मुक्ता : सर पण इतके दिवस घरी , हा जुलूम आहे माझ्यावर. तुम्हाला माहित आहे मी इतके दिवस घरी राहू शकत नाही ते.

दीपन सर : नो म्हणजे नो. ह्या वेळेला ऐक जरा आमचं पण. तुझी एक गोष्ट मी ऐकली ना?

मुक्ता : ओके सर. धन्यवाद तुमच्या इतक्या आदराबद्दल.

दीपन सर : चल मग यंग लेडी, काळजी घे, काहीही लागलं तर डायरेक्ट फोन करायचा. आपली पुढची भेट आता आपल्या युरोपच्या ब्रॅंड न्यू ऑफिस मध्येच.

मुक्ता : नक्कीच सर, मी तुमचा विश्वास फोल जाऊ देणार नाही.

दीपन सर आणि टीमने मुक्ताचा आणि तिच्या कुटुंबाचा हसत मुखाने निरोप घेतला, मुक्ताही सुखावून गेली कंपनीने दिलेल्या आदरामुळे, इतक्या वर्षाच्या मेहनतीचं चीज झाल्यासारखं वाटलं तिला. मुक्ताने आतापर्यंत खूप मेहनत केली होती तिच्या कंपनीतल्या एक-एक प्रोजेक्टसाठी पण त्याची जाण कंपनीने ठेवण पण खूप मोठी गोष्ट होती मुक्तासाठी. मुक्ताला आज आभाळ ठेंगणं झालं होत, तिच्याकडे सगळं काही होत, इतका काळजी करणारा, प्रेम करणारा नवरा, सद्गुणी मुलगी, सशक्त आई-वडील, नेहमी सहकुटुंब मदतीला उभी असलेली बहीण, व्यावसायिक जीवनात हि इतका आदर, मानाचं स्थान, प्रगतीची कास धरलेल्या कंपनीमध्ये अढळ स्थान. सगळं काही आज तिला मिळालेलं होत. तिला उगाचच वाटलं आज तिचीच तिला दृष्ट लागेल. या प्रत्येक गोष्टीसाठी मुक्ता आत्ता पर्यंत खूप तडफडली होती तिला स्वप्नांतही वाटलं नव्हतं की हे कधी खरं होईल. तिला क्षणभर विश्वासच बसेना की हे सगळं खरं आहे म्हणून. मुक्ताच्या परिवारालाही तिचा खूप अभिमान वाटत होता. सगळेच आज खूप खुश होते जिथे तिथे नुस्त्या मुक्ताच्या मोठेपणाच्या चर्चा चालल्या होत्या पण या सगळ्यातही दोन जण खूप काळजीत पडली होती. एक म्हणजे प्रेम आणि दुसरी म्हणजे आशा या दोघांनाच माहित होतं की मुक्ताचा सुखाचा फुगा लवकरच फुटणार आहे पण सगळं सत्य कस तिच्या समोर आणायचं याचाच ते विचार करत होते. कुठे तरी प्रेमला माहित होतं की लवकरच मुक्ता परत त्याच्या आयुष्यातून निघून जाईल त्यामुळे त्याला जितका जास्त वेळ तिच्याबरोबर घालवता येईल ते बघायचं होतं आणि दुसरीकडे आशाला ही काळजी लागली होती की मुक्ताला खर कसं सांगावं आणि हिला आईची किंवा आपली मदत घ्यायला तयार कस कराव आणि महत्त्वाचं म्हणजे प्रेमच्या तावडीतून मुक्ताला सुखरुप कस सोडवाव. इथे तर प्रेम मुक्ताला जराही एकटं सोडत नव्हता त्यामुळे

आशाला प्रश्न पडला होता तो म्हणजे मुक्ताच्या घराचा विषय कसा काढायचा. मुक्तालाही आशा खूप काळजीत वाटली म्हणून मग मुक्तानेच आशाला विचारलं.

मुक्ता : काय झालं ताई, तू इतकी काळजीत का वाटत आहेस?

आशा : (गडबडीने) कुठे काय मुक्ता? तुला असं का वाटतंय?

मुक्ता : ताई तुझ्या मनात काय चाललंय ते तू मला नि संकोचपणे सांगू शकतेस, काही चुकल का माझं?

आशा : नाही ग मुक्ता. मी जरा पुढचा विचार करत होते.

मुक्ता : बोल ना, ताई काय विचार करतेस?

आशा : उद्या तुला दवाखान्यातून घरी सोडतील, पण कोणीतरी सतत तुझ्याबरोबर असायला हवं,तुझी काळजी घ्यायला असं मला वाटतं

मुक्ता : नको काळजी करूस ताई, मला नाही वाटत की कोणी सतत माझ्याबरोबर असाव म्हणून. कारण मला आता ठीक वाटतय. तुला काळजी वाटणं स्वाभाविक आहे.

आई : मुक्ता जास्त शहाणपणा नको करूस, एक दोन आठवडे तरी आम्हा दोघींपैकी कोणाकडे तरी ये रहायला, बरी हो आणि नंतर तू जा आपली तुझ्या घरी.

प्रेम : आई मी आहेच मुक्ता बरोबर, तुम्ही कशाला तिची काळजी करता?

आशा : मग प्रेम, काय म्हणणं आहे तुझं? कुठे बरं जावं मुक्ताने? आहे काही पर्याय तुझ्याकडे?

प्रेम : मी माझ्या घरी घेऊन जातो मुक्ताला. तिथे मी तिची काळजी घेऊ शकेन.

मुक्ता : पण मला माझ्याच घरी जायचं आहे, (लाजत) आणि प्रेम तिथे माझ्यासोबत आलेला चालेल मला.

आई : (आनंदाने) काय बोलतेस? मी स्वप्न तर बघत नाही आहे ना? उशीरा का होईना सुबुद्धी आली म्हणायची आमच्या मुक्ताला.

मुक्ता : (लाजून) काय आई तू?

आशा : त्याआधी प्रेमला तरी विचारा, त्याला चालेल का ते?

मुक्ता : ताई, काय झालं? तू अशी का बोलतेस? इतकी वर्ष तुम्ही मला समजावत होता एकत्र रहा म्हणून आणि आज मी एकत्र राहायला तयार झाली तर तू अशी का बोलतेस? काही चुकलं का माझ? की मी जास्तच उशीर केला, मला कळू दे (चिंतेने, रडकुंडीला येऊन)

आशा : मुक्ता चुकलं तुझ नाही आमचं, आम्हीच तुला विनाकारण समजावत राहिलो तुझा निर्णय योग्यच होता. हा माणूस तुझ्या बरोबर राहण्याच्या लायकीचा नव्हता आणि नाहीच.

आई : आशा तोंड सांभाळून बोल, तुमच्या मधल्या नात्याचा अनादर होता कामा नये. बहिणीचा संसार चांगला मार्गी लागत असताना तुला कुठून दुर्दशा सुचली आहे. तुला वाटत नाही का तुझ्यासारखा सुखाचा तुझ्या बहिणीचा देखील संसार असावा म्हणून. काही भूल चुका या संसारात होतच असतात म्हणून काही

एकमेकाला सोडून नसत द्यायचं, सांभाळून घेऊन पुढे जात राहायचं असत. या दोघांची मोठी मुलगी आहे तिच्याकडे बघून तरी यांनी एकत्र यायलाच हवं. उशिरा का होईना पण हि चूक सुधारायलाच हवी.

आशा : आई, तू प्रेमलाच विचार तो तयार आहे का मुक्ताबरोबर तिच्या घरी जाऊन राहायला.

मुक्ता : काय झालं प्रेम? तुला नाही आवडणार का आपल्या घरी राहायला?

आशा : तो काय बोलेल? मिच सांगते. घरीं जाऊन राहायला घरच ठेवल नाहीये त्याने. विकून टाकलं आहे त्याने मुक्ताचं घर. मुक्ताच्या आयुष्यात आल्याबरोबर त्याने करोडोंचा गंडा घातला मुक्ताला. याच्याबरोबर राहायचं तर सोड, याला पहिलं पोलिसांच्या ताब्यात दिल पाहिजे फसवणूक केल्याबद्दल.

मुक्ता : (प्रेमकडे बघत) हे खर आहे का? सुधरला होतास ना तू? मग हे काय? तुझ्या या सगळया गोष्टींना कंटाळून तर मी माझी वाट वेगळी केली होती ना? मला वाटलं आता सगळ बदलल आहे आणि आपल्याला परत नव्याने सुरवात करता येईल पण तू मला खोट ठरवलस पुन्हा एकदा. आहे तुझ्याकडे काही स्पष्टीकरण द्यायला? यासाठी वाचवला होतास माझा जीव? का आलास माझ्या आयुष्यात पुन्हा? सगळ व्यवस्थित चालल होतं म्हणून का? एकदा तरी विचार केलास का, कि मी कुठें राहिन माझ घर विकल्यावर? काय होईल माझ याचा, आपल्या मुलीचा? काही करायच्या आधी तुला खरंच आमचा विचार करावासा वाटत नाही का? इतका कसा रे तू स्वार्थी? आणि माझं पण नशीब किती थोर माझ्याच नशिबी असा नवरा यावा. कुणाला कमनशिबाचा चेहरा पाहायचा असेल तर मला बघा. ज्याच्या वरती मनापासून इतकं प्रेम केलं तोच मला प्रेमाची

क्षणोक्षणी शिक्षा देतो. यापेक्षा दुर्दैव नाही. तुला काही बोलायचे आहे यावर की नुसता सुभासारखा उभा राहशील.

(प्रेम काही न बोलता नुसता मान खाली घालून उभा होता, त्यामुळे मुक्ताला अजूनच राग येत होता)

ताई तुला वाटतं मी याला पोलिसात द्याव म्हणून, पण मी तसं काहीही करणार नाहीये कारण पोलिसात दिलं तर प्रत्येक तारखेला मला याचं तोंड बघावं लागणार, मला याच्याबरोबर कोणत्याच प्रकारचा संबंध ठेवायचा नाही आहे. याच्यामुळे माझ्या भविष्यातला थोडाही वेळ वाया गेलेला मला चालणार नाही. याची तेवढी योग्यता नाही. आणि माझी चूक मला आता सुधारायची आहे. मी माझ्या वकीलांबरोबर बोलून कागदपत्रं बनवायला सांगते ज्यामुळे माझा आणि याचा पुढे काहीच संबंध राहणार नाही. (प्रेमला उद्देशून) तुला मी फोन करेन गपचूप येऊन त्यावर सही करायची मी तुला काहीच प्रश्न विचारणार नाही माझ घर विकून जितके पैसे आले तितके सगळे ठेव तुला हवं तर. पण परत मी मेले तरी मला भेटायला यायचं नाही.मला माफ कर आणि परत मला एकटं सोड आधी सारख.

(प्रेम तशीच खाली मान घालून मुक्ताच्या रूममधून बाहेर निघून गेला)

आई : मुक्ता, आशा तुमचा काहीतरी गैरसमज झाला असेल. नुसत्या संशयाच्या जोरावर एखाद्याला इतकं बोलणं चुकीच आहे.

आशा : अग आई, मी मुक्ताच्या घरी जाऊन संपूर्ण चौकशी करून आलेली आहे. आधी मला जोशी काकूंकडून कळल, तेव्हा माझाही विश्वास नाही बसला पण मग मी जेव्हा प्रत्यक्ष जाऊन आले तेव्हा सगळी परिस्थिती माझ्या समोर

उघड झाली. मला वाटतं आपण प्रेमला परत जवळ करून चूकच केली होती. पण याची किंमत इतकी महागात पडेल हे माहित नव्हतं.

आई : मला वाटतं आपण परत एकदा प्रेम बरोबर बोलून घेतलं पाहिजे. कदाचित नसेल त्याची काही चुकी. तुम्ही त्याला बोलूं कुठे दिल.

मुक्ता : आई कशाची पट्टी आहे तुझ्या डोळ्यांवरती नक्की, तुला दिसत नाहीत का गोष्टी. ज्या घरासाठी मी रात्रींचा दिवस केला, ते घर एक फुटकी कवडीही न खर्च करता, तुझा जावई फुंकून बसलाय यापेक्षा आणखी कोणता पुरावा हवा आहे तुला?

आई : मी तरीही हेच म्हणेन की मुलीकडे बघून तरी तुम्ही एकत्र यायला हवं.

मुक्ता : अग आई याला जवळ केल आणि रस्त्यावर आली मी, आता काय मी मुलीसोबत भीक मागावी ही अपेक्षा आहे का तुझी?

आई : काही रस्त्यावर आली नाहीस. आम्ही मेलोय का. आणि आम्ही जीवंत असेपर्यंत भीकही मागावी लागणार नाही.

मुक्ता : आई, तुमचं ही सगळं याला देऊ का उडवायला. म्हणजे तुला चैन पडेल.

आई : जाऊ दे आता तो विषय नको, उद्या चल घरी आणि आराम कर.

मुक्ता : मी ताईकडे जाईन. तुम्हाला उगाच त्रास नको. काही औषध वगैरे लागली तर ताई आणेल मला. तुम्ही कुठे धडपड कराल आता. तुम्ही नका करू काळजी. मला थोडा वेळ एकट सोडाल का. मी जरा आराम करते. दगदगीने थकले खूप मी आज.

आशा : हो, तू आराम कर पण हरू नकोस, आहोत आम्ही तुझ्याबरोबर.

असे बोलून सगळे मुक्ताच्या रूममधून बाहेर पडले. सगळे बाहेर गेल्यावर पर्वतासारखी उभी असलेली मुक्ता पार कोलमडून गेली. अगदी लहान मुलासारखी ओकसा पोकशी तोंडात चादर कोंबून जोरजोरात रडू लागली. बर्‍यापैकी सावरली होती ती आयुष्यात पण परत कुठेतरी मृगजळाप्रमाणे दिसलेल्या आयुष्यातल्या स्वप्नांत ती हरवली होती. तीने सलायनच्या सुयाहि ओरबाडून काढल्या. क्षणभर स्वतःचा जीवच देऊन टाकावा असंही तिला वाटून गेलं. थोड्या वेळापूर्वी तिला आभाळ ठेंगणं झालं होत आणि आता तिला स्वतःला ह्या जगातून संपवून टाकावं वाटतं होत. सगळं किती क्षणभंगुर असतं हे तिला ह्या काही वेळात कळून चुकलं होत. तिलाच खरं वाटत नव्हतं इतक्या अचानक सगळं इतकं बदललं होत, पण मग तिला मायाचा विचार आला. आणि तिने स्वतः ला सांभाळून घेतलं. नंतर रात्री उशिरा खूप रडून–विचार करून झाल्यावर ती शांत होऊन झोपून गेली. इथे आशा हि बाहेरच होती तिला मुक्ताची घालमेल कळत होती. तीच रडणं तिला समजत होत. पण तिला माहित होत कि तिच्या बहिणीला थोडा वेळ हा द्यावाच लागणार सांभाळायला. कारण आता अजून ताकदीने तिला परत उभ राहावं लागणार होतं. आणि हार मानून बसणं हा मुक्ताचा स्वभाव नव्हता. त्यामुळे आशा मुक्याने सगळं फक्त बघत होती. आणि देवाकडे प्रार्थना करत होती मुक्तासाठी.

दुसरा दिवस उजाडला आज मुक्ताला घरी सोडणार होते. मुक्ता अजून झोपलेलीच होती. माया, मुक्ता आणि आशा साठी नाश्ता घेऊन आली. मायाही खूप काळजीत वाटली आशाला. माया थोड्या थोड्या वेळाने कुणालातरी फोन लावत होती पण कदाचित समोरून कोणी फोन उचलत नव्हतं.

आशा : काय झालं माया, काळजीत दिसतोस.

माया : नाही तसं काही नाही, पण कालपासून बाबा घरी आलेच नाहीत आणी त्यांचा फोनपण बंद येतोय.

आशा : (आश्चर्याने) प्रेम काल घरी आला नाही? झाला वाटतं तो गायब परत.

माया : परत म्हणजे?

मायाला कालचा काहीच प्रकार माहित नव्हता, आणि प्रेमचा इतिहासही माहित नव्हता. मुक्ताला वाटत होत कि, मायाला सगळं कळावं पण ते तिने स्वतःच्या दृष्टिकोनाने बघावं आणि अजून तिला काही कळणार नाही कारण ती लहान आहे म्हणून मुक्ताने तिला प्रेमबद्दल कधीच काही इत्यंभूत सांगितलं नव्हतं.  त्यांचं बोलणं चालू होत तोपर्यंत मुक्ताही जागी झाली. मुक्ताने पूर्णपणे चेहरा सुजवून घेतला होता रात्रभर रडल्यामुळे, डोळेहि लालबुंद झाले होते तिचे. मुक्ताला असं बघून मायाही घाबरली.

माया : काय झालं आई, तुझी तब्बेत ठीक आहे ना, आज तुला सोडणार आहेत ना, मग हे काय अचानक, डॉक्टरांनी दवा बदलला का?

मुक्ता : नाही ग, कदाचित जास्त झोप झाली माझी, (चौकशीच्या सुरात) तू कुठे होतीस रात्री?

माया : मी बाबांच्या घरी.

मुक्ता : आपल्या घरी गेलीच नाहीस का इतक्या दिवसात?

माया : नाही आई, जेव्हापासून तू इथे आहेस. मी दिवसभर तुझ्याजवळच असायची ना, आणि रात्री मला कोण घेऊन जाणार आपल्या घरी. आणि बाबांचं

घर इथे पाच मिनिटांवर आहे म्हणून मग मी तिथेच जायची रोज, आणि आपण सगळे एकत्र राहणार म्हणून मग बाबांनी आणि मी एकदा जाऊन सगळं आपलं सामान तिथून बाबांच्या घरी आणून ठेवलंय.

मुक्ता : बाळा, आपल्याला ते सामान परत आणावं लागेल.

माया : म्हणजे, काय झालं परत तुला? तुमचं पटायला लागलं होत ना, मग अचानक काय झालं? तुम्ही भांडलात का?

मुक्ता : तुला ते सांगून कळणार नाही. तू अजून लहान आहेस.

माया : काय खेळ चालवलाय तुम्ही लोकांनी. तुम्ही माझ्या भावनांचा विचारच करत नाही. बाबांच पण हेच म्हणन आहे का?

मुक्ता : तुझा बाबा काहीही बोलो, आपल्याला त्याच्याबरोबर नाही राहता येणार.

माया : आई असं नको करुस, तुमचं काही भांडण झालं असेल तर ते बोलून मिटवता येईल. असं एकत्र न राहण्याचं बोलू नकोस. आपली पण होतात ना भांडण म्हणून मी काही तुला सोडलं का कधी? तसच आहे ना हेही. आपण बाबांबरोबर बोलूया ना.

मुक्ता : तू ह्या सगळ्यात नको पडू

माया : आई, असं नाही होऊ शकत. आता मी मोठी झाली आहे आणि आता मला तुम्ही दोघेही हवे आहेत तेही एकत्र. तुम्ही तुमच्या भांडणामुळे माझा संपूर्ण परिवाराचा हक्क माझ्याकडून हिरावून नाही घेऊ शकत. तुला माहित आहे आपण एकत्र राहणार म्हणून बाबा किती खुश होते. जेव्हा आपलं सामान ते त्यांच्या घरात लावत होते ते इतक्या प्रेमाने आपल्या प्रत्येक गोष्टीबद्दल बोलत होते.

त्यांनी तुमची रूमही अगदी तुला आवडते तशी सजवली आहे. तुझ्या आवडीचा रंग, तुझा ऑफिस कॉर्नर. सगळं अगदी तुला हवं तसं त्यांनी सेट केलय. तुला माहित आहे, इतके दिवस त्यांनी आपल्यात राहत नसूनही काहीच मिस केलं नाही. तुझी माझ्या जन्मानंतरची मास्टरेट पदवी, पहिला जॉब, पाहिलं प्रमोशन, तुला लग्नासाठी आलेली सगळी स्थळ, माझा शाळेचा पहिला दिवस, दहावी, बारावी त्याचे निकाल, माझं कॉलेज, त्यांना सगळं माहित आहेत. ते खूप भरभरून बोलतात तुझ्याबद्दल. ते किती प्रेम करतात तुझ्यावरती. नाहीतर तू. तुझ्याकडे नाही त्यांच्यासाठी वेळ आहे आणि नाही माझ्यासाठी. तुला भावनाच राहिल्या नाहीत दगड झालेस तू, दगड.   (असं म्हणत माया रागाने तिथून निघून गेली)

आशा : तिलाही जरा वेळ दे मुक्ता. (थोडं थांबून काळजीने) तुला आता कसं वाटतंय?

मुक्ता : मी ठीक आहे, उलट मला हलकं वाटतंय. काय मी परत संसाराची स्वप्न बघत होते. माझ्या नशिबीच नाही ग हे सारं. प्रेम फक्त निमित्त.

आशा : बघ अजूनही विचार कर. नशीब वगैरे काही नसत ग. फक्त आपल्याला काय हवय, आपण कशाची निवड करतोय यावर सर्व अवलंबून असत. त्यामुळे आपले निर्णय हे आपणच घ्यायचे असतात. आपल्या आयुष्यात येणाऱ्या प्रत्येक गोष्टीचे आपले फायदे तोटे असतात. आपण जर ते पत्करायला तयार असू म्हणजे झालं. बघ तू अजून जरा विचार कर आणि नंतर ठरव. इतकी घाई करू नकोस.

मुक्ता : ताई, काल मी या सगळ्याचा पूर्णपणें विचार केला. प्रेम जर माझ्या आयुष्यात पुन्हा आला तर मला नवरा मिळेल मायाला बाबा मिळेल आमचा

परिवार पूर्ण होईल. पण प्रेम स्वतःबरोबर ज्या समस्या घेऊन येईल त्या निस्तरण्याची माझी आता तयारी नाही आहे. आणि तशीही त्याच्याशिवाय जगण्याची सवय आम्हाला आहेच की. आम्ही दोघी जशा होतो तशाच परत आनंदाने राहू. त्रास फक्त दोन तीन आठवड्यांसाठी आयुष्यात आलेल्या प्रेमला विसरण्याचा होणार आहे. मला कळत नाही तो आलाच का?(असं बोलून मुक्ता पुन्हा रडू लागली)

आशा : मुक्ता सांभाळ स्वतःला. तु आम्हाला प्रेमबद्दल सविस्तर का बरं कधी सांगितलं नाहीस. आम्हाला वाटलं जशा प्रत्येक संसारात छोट्यामोठ्या कुरबुरी असतात तशा त्या तुमच्या संसारातही आहेत. तू विनाकारण ताणून धरत आहेस आणि कोणी समजावलं तर तुमचे प्रश्न सुटतील आणि संसार पुन्हा रूळावर येईल. पण तुमचा काही तरी विचित्रच प्रकार होता हे आत्ताच्या एका उदाहरणावरून आम्हाला कळलं.

मुक्ता : मी काय सांगणार होते. प्रेमला मी लग्नाच्या आधीपासून ओळखते. पण लग्नाआधीचा तो आणि लग्नानंतरचा तो यांच्यात इतका मोठा फरक होता की मलाच विश्वास बसत नव्हता. लग्नाआधी माझ्यावरती नितांत प्रेम करणारा माझा प्रेम लग्नानंतर मात्र एकदमच स्वार्थी आणि अनोळखी असल्यासारखा वागायला लागला होता. लग्नानंतर प्रेम माझ्याबरोबर नीट बोलतच नव्हता. त्याच्या आईनेदेखील घरातले सगळे नोकर चाकर काढून टाकले माझा दिवस घरातली काम करण्यातच निघून जायचा मला कोणी मदत करायलाही नसायच. प्रेम आणि त्याची आई कित्येक तास दरवाजा बंद करून रूम मध्ये बोलत बसायचे. काय ते मलाही माहीत नाही पडायचं ते सतत माझ्यापासून काहीतरी लपवत राहायचे. मला खूप एकटं वाटायचं तिथे. माझ्याशी कोणीही नीट बोलायचं नाही. प्रेम तर मला सतत बोलायचा "माझ्या आयुष्यातून निघून जा, विनाकारण तुझ्याबरोबर

लग्न केलं" , माझी चूक काय होती तेच मला माहीत नव्हतं अशातच मायाचा पण जन्म झाला, तोपर्यंत घरातल सगळं सामान विकलं गेलं होतं. घरात देखील कित्येक लोक यायचे थकलेले पैसे मागण्यासाठी. घरातलं मला काहीच माहिती नसायचं आणि कोणाला मला कधी काही सांगावं असंही वाटलं नाही. काही विचारलं तर सगळी फिरवाफिरवीची उत्तर. मला कळतच नव्हतं काय खरं काय खोटं. मी स्वतः वेडी होत चालली होते. आणि मला वाटत होतं ही दोन माणस ठरवून मला पागल करणार आहेत. नंतर नंतर तर प्रेमला लोक घरात येऊन मारू लागले. मला मायाच्या भविष्याची खूप काळजी वाटत होती. म्हणून मग मी त्याचं घर जे सोडल ते कायमचंच. इथे येऊनही काय सांगणार होते मी तुम्हाला माझ्याकडे सांगण्यासारखं काहीच नव्हतं. आणि मी सांगायचा प्रयत्नही केला पण आई बाबा यांना ते खर वाटतच नव्हतं एकाद्या सधन घरात असं काही होऊ शकत हे कोणाला पटतच नव्हतं. म्हणून मग मी ठरवलं माझा इतिहास पूर्णपणे विसरून जायचा आणि फक्त आणि फक्त भविष्याकडे लक्ष द्यायचं.इतक्या वर्षात मी प्रेमकडे गेले नाही आणि त्यानेही कधीच पुढाकार घेतला नाही एकत्र येण्यासाठी. पण आता कसा कुठून अचानक तो आला आणि पुन्हा माझं आयुष्य अस्ताव्यस्त करून गेला. पुन्हा मला नव्याने सुरुवात करावी लागणार. पण मला हे कळत नाही हे सगळं मायाला कसं सांगावं.

आशा : तिला तू आधीपासूनच थोडीतरी कल्पना देऊन ठेवायला हवी होती. तु तिला कधीच प्रेमबद्दल काही नीट सांगितलं नाहीस आणि प्रेम तिथून तिला दर महिन्याला भेटी देत राहिला त्यामुळे तिला प्रेमचा पुळका येणं सहाजिक आहे.

मुक्ता : मी जर या सगळ्याला तिला अडवलं असतं तर तिचा माझ्याबद्दल गैरसमज झाला असता.

आशा : कशावरून आता तिचा गैरसमज झालेला नसेल. (थोडं थांबून) तुला कंपनीकडून मिळणार होत, ते घर तू का नाकारलंस? तुझी घराची सोय झाली असती ना.

मुक्ता : ताई, मला कुठे माहित होत कि याने माझं घर विकल आहे म्हणून. जर मला पुसटशीदेखील कल्पना असती ना, मी लगेच चावी घेतली असती सरांकडून.

आशा : अंग पण आपल्याकडे घर असो वा नसो, येणाऱ्या लक्ष्मीचा स्वीकार करायचा असतो.

मुक्ता : खरं सांगू, मला प्रेमचीच भीती होती. शेवटी तो कितीही बदलला असला तरी वाटलं नको ह्याच्यासमोर काही वाढीव घ्यायला. तो येणाऱ्या प्रत्येक गोष्टीला विकून खाऊ शकतो. आणि कोणत्यातरी एका घराकडे माझं दुर्लक्ष झालं असतंच ना. मग त्या घराचा निरोप प्रेमने बरोबर घेतला असता. असा विचार करून मग मी नाही घेतल घर. पण बघ ह्याने माझं राहत घरच विकलं. काय करायचं ह्याच तेच कळत नाही

आशा : परत मागता येईल का ग ते?

मुक्ता : नाही जमणार ग मला.

आशा : जाऊ देत मरुदेत. आता तु नको कसलाच विचार करूस. आराम कर.

मुक्ता : आले का डॉक्टर? त्यांनी तपासल की सोडतील ना मला.

आशा : हो, पण अजून त्यांना यायला वेळ आहे.

# भेट एक वळण

मुक्ता : ताई, मला आज खूप विचित्र स्वप्न पडलं. खूप सुंदर अशा राजमहालात मी फिरत होते असं दिसल. मला काही लिंकच लागत नाहीये.

आशा : थोडं विचित्र आहे, पण जाऊ दे नको विचार करूस.

नंतर डॉक्टर आले त्यांनी मुक्ताला तपासलं आणि दवाखान्यातून सुट्टी घोषित केली. दवाखान्याचं बिल प्रेम कालच भरून गेला होता. पण प्रेमशी संपर्क अजूनही झाला नव्हताच. आशा मुक्ताला घेऊन स्वतःच्या घरी आली. नंतर माया सामान घेऊन येईल असं वाटल होतं. पण मायाने मुक्ताला फोनवर कळवलं कि ती आता परत येणार नाही, जर बाबांना एकत्र राहू दिल तरच तीही परत येईल. नाहीतर येणार नाही. तसही इतकी वर्ष ती आईबरोबर राहिली होती आता तिला बाबांबरोबर राहायचं होत. मुक्ताला खूप मोठा धक्का बसला. ज्या मुलीसाठी तिने स्वतःचा संसार दावणीला लावला होता ती मुलगी तिला एकटीला सोडून गेली होती. पण सुदैवाने आशा खंबीरपणे उभी होती मुक्ताच्या पाठीशी. ती प्रेमच्या घरून मुक्ताचं सामान घेऊन आली. आणि मायाला समाजवायचाही प्रयत्न केला पण माया हि मुक्ताचीच मुलगी असल्याकारणाने स्वतःच्या निर्णयावर ठाम राहिली. इथे मुक्ता देखील पूर्णपणे कोलमडून गेली पण तीही माघार घेत नव्हती. पण मुक्ताची त्यामुळे तब्बेत खालावू लागली. कारण मुक्ताचं सर्वस्व तिची मुलगी आहे, प्रेमवर मनापासून प्रेम करत असतानाही फक्त मुलीच्या भवितव्यासाठी तिने घर सोडलेलं होत, प्रेमशी संबंध तोडला होता. त्यामुळे तिला कितीही प्रतिकूल परिस्थितीमध्ये जगण्याची एक उमेद होती ती फक्त मायामुळे. पण आज ती तिच्याबरोबर नव्हती. म्हणून मग मुक्ताची जगण्याची इच्छाहि संपून गेली होती. मुक्ता खूप एकटी पडली होती. आशा तिच्याबरोबर बोलण्याचा प्रयत्न करायची पण मुक्ता काही उत्सुकताच

दाखवायची नाही. मुक्ता नुसती खिडकीतून बाहेर बघत राहायची. कोणाबरोबर बोलायची नाही, आपल्या रूमच्या बाहेरही यायची नाही. जेवण खानही टाकायला लागली होती.

आशाला काय करावं तेच कळत नव्हतं, नंतर तिला सुचलं कि जर मुक्ताला कामात व्यग्र केलं तर ती रमेल. आणि ह्या धक्यातुनही बाहेर पडेल आणि पुन्हा नव्याने उभी राहील. म्हणून मग आशाने मुक्ताच्या मैत्रिणीची अपेक्षाची मदत घ्यायचं ठरवलं. आणि अपेक्षाही तिला मदत करायला तयार झाली. मग ठरल्याप्रमाणे अपेक्षा आणि बाकीचे ऑफिसचे तिचे सहकारी मुक्ताला दररोज आपापल्या कामासाठी, समस्यांसाठी फोन करू लागले. आणि मुक्ता पण मग त्यांना मदत करायला म्हणून घरातून कामाला बसू लागली आणि त्यात तिचा वेळ पण चांगला जाऊ लागला. इथे प्रेमच्या घरी देखील ३-४ आठवडे बेपत्ता राहूनही माया घरातून हटत नाही हे बघून मग प्रेमही घरी परत आला, त्याने मायाला आपला निर्णय बदलून मुक्ताकडे जाण्यासाठी विनवणी केली पण माया काही केल्या प्रेमला सोडायला तयार नव्हती. त्यालाही हे पालकत्व हवंच होत म्हणून मग तोही मायाचे खूप लाड करू लागतो आणि दोघे खूप प्रेमाने एकत्र राहायला सुरुवात करतात. मुक्तानंदेखील त्यांच्याबरोबर यावं असं त्यांना वाटत असत, पण ते अशक्य असल्यामुळे तेदेखील काही करू शकत नव्हते. एकूण सगळं परत रुळाला लागू लागत.

मुक्ता अशीच आपली ऑफिसची काम करत बसली असताना आशा तिच्याजवळ येते.

आशा : मुक्ता अग तुला सुट्टी आहे ना? मग कसली काम करत असतेस ग ?

मुक्ता : हो अग सुट्टी तर आहे. पण ऑफिस वाले लावतात बघ, काही ना काही दररोज. कधी कधी वाटत हे लोक मुद्दामून तर करत नसतील ना असं? इतक्या आल्तु फालतू कारणासाठी मदत मागतात बघ.

आशा : ऑफिसला जाणं तरी चालू कर. जर काम करायचीच आहेत तर. तेवढाच तुला पण बदल होईल ना.

मुक्ता : मी पण तोच विचार करत होते, बघते २-३ दिवसात ऑफिसमध्ये बोलून. (थोडं थांबून), ताई, बोलणं झालं का ग तुझं माया बरोबर. कशी आहे ती?

आशा : झालं बोलणं दोन दिवसापूर्वी, आहे ती छान, कॉलेज चालू आहे ना, त्यामुळे गुंतले तीही. लवकरच परीक्षा चालू होणार आहेत ना. मग अभ्यासाला लागले खूप दांड्या झालेल्या ना तिच्या त्यामुळे तिचा लोडहि वाढलाय ना.

मुक्ता : तिला एखादा चांगला क्लास लावायला सांगायचास ना.

आशा : बोलले ते मी तिला, पण ती बोलली आहेत तिज्याकडे नोट्स त्यावर होतोय तिचा अभ्यास.

मुक्ता : बाबाचा पैसा वाचवत असेल. आधी हिला कधी नोट्स कळल्या नाहीत आता कशा समजायला लागल्या. माझ्याबरोबर होती तेव्हा हिला प्रत्येक विषयासाठी क्लास लागायचा. सारखे नवीन कपडे लागायचे, हिच्या ग्रुप्सच्या बर्थडे पार्टी असायच्या. नुसता खर्च आणि खर्च. आता बघ किती समजूतदार झाली ते.

आशा : परिस्थिती बदलवते माणसाला मुक्ता. पण जाऊदे, तसाही फायदा तुझाच आहे, कारण तुझी मुलगी समजूतदार होते ना.

मुक्ता : बघ मी तुला सांगते करेक्ट दोन वर्षात हीच भूत उतरेल बघ आणि येईल परत.

आशा : आणि तुला ते कसं माहित?

मुक्ता : बघ तर खरं. कळेल तुला.

आशा : पण तू बोलत का नाहीस तिच्याबरोबर, तुझ्या अशा वागण्याने ती तुझ्यापासून अजून लांब जाईल याची भीती नाहीका वाटत तुला?

मुक्ता : ताई, मला नाही जमत ग दोन्ही दगडावर पाय ठेवायला. मी तिज्याबरोबर बोलणार, ती सारखी मला त्याच्याबरोबर राहायला सांगणार किंवा कस चालय चांगलं किंवा वाईट ते सांगणार. दोन्ही मध्ये मला त्रासच होणार मग कशाला परत वाद करत बसायचं. तिच्याकडे विकल्प होता, तिला जो पटला तो तिने स्वीकारला. मला जो पटला तो मी स्वीकारला. आणि तिच्या खुशालीची खबर तुमच्याकडून मिळतेच ना, मग कशाला आणखी बोलायचं आहे. जाऊदे ते, मी विचारते ऑफिसमध्ये आणि चालू करते ऑफिस पुन्हा. खूप कामं आहेत बाबा.

आशा : बरं चालू दे तुझं, काही लागलं तर सांग. मी निघते.

मुक्ताने काही दिवसांतच पुन्हा ऑफिस चालू केलं. आणि त्या सगळ्या गडबडीत ती ही चांगलीच रमायला लागली. बघता बघता सहा महिने निघून गेले. मुक्ता आशाकडेच राहत होती. वरचेवर आईबाबांनाही भेटून यायची. ऑफिसच्या कामामुळे तिचा आयुष्यातील एकटेपणा दूर झाला. तीचं दैनंदिन आयुष्य आधीसारखं सुरू झालं. त्यात फक्त तिची लाडकी लेक माया नव्हती. पण मुक्ता

आता या गोष्टीचा शोक करत नाही बसायची. तिने परिस्थिती आहे तशी स्वीकारली होती. तिला आता अखंड चालत राहायचं होतं, जोपर्यंत कोणता विसावा किंवा वळण येत नाही तोपर्यंत. पण ते वळण लवकरच येणार होतं.

अशाच एका रविवारी आशाच्या घरी तिची सासू मुलांना भेटायला आली, तिला मुक्ताच आशाच्या घरी राहणं खटकत होतं. ती वेळोवेळी आशाला याबद्दल बोलूनहि दाखवत असे. रविवार असल्यामुळे मुक्ताही आज घरीच होती. मुक्ता तिच्या रूममध्ये काम करत बसली होती. तेवढ्यात आशाची सासू तिला भेटायला आली.

आशाची सासू : येऊ का आत मुक्ता?

मुक्ता : या ना आई. काय तुम्ही, परवानगी कसली घेताय, तुमचंच घर आहे.

आशाची सासू : नाही विचारूनच आत आलेलं बर. म्हटलं कामात असशील. आणि तशीही आता तुही कुठे पाहुणी राहिलेस. तुझं देखील झालय हे घर. वर्ष झालं असेल ना तुलाही? (कुचकटपणे)

मुक्ता : नाही हो आई. काही महिनेच झालेत फक्त (हिरमुसून जाऊन)

आशाची सासू : बाकी कशी आहे तुझी तब्बेत? कसले तुम्हाला इतक्यातच हार्ट अटॅक येतात ते काही कळत नाही. सगळं चांगल असलं तरी तुम्हाला दुखायला लागत. अवलक्षण दुसरं काय. आमच्या वेळेला नव्हती हि असली थेरं. कसलं डोंबल्याचा विचार करता कुणास ठाऊक.

मुक्ता : आता आहे मी बरी. मलाही नाही माहित हो आई कसं झालं सगळं ते.
(मुक्ताला माहित होत हिच्या शब्दाला शब्द न देण्यातच आपलं भलं आहे.
म्हणून मुक्ता शांतपणेच उत्तर देत होती)

आशाची सासू : चांगला देवासारखा नवरा, मुलगी सोडून असं बर वाटत का
दुसऱ्याच्या घरी पडून राहणं. मला वाटत मुलींना आमच्या वेळेला नाही
शिकवायचे तेच बरे होते. मुली चांगल्या आपला संसार सांभाळायच्या, आता
शिक्षणाने अति शहाण्या होऊन संसार उधळून लावतात. ह्या आज कालच्या
मुली. प्रत्येकाला काहींना काही त्रास असतोच पण म्हणून समजून घ्यायचं कि
सोडून द्यायचं सगळं. हे काही बरोबर नव्हे.

मुक्ता : बरोबर आहे तुमचं आई. तुमची तब्बेत कशी आहे.

आशाची सासू : मला काय धाड भरते. मी ठणठणीत आहे एकदम.

मुक्ता : आणि तुमची मुलगी प्रार्थना तीच कसं चाललंय.
आशाची सासू : तिचीच ग काळजी असते फक्त मला. तिचा नवरा मेला रोज
दारू पिऊन मारतो तिला. पण माझी धीराची लेक सगळं सहन करते दोन
मुलांसाठी. तिला कितीदा म्हटलं कर काहीतरी, नाहीतर माहेरी तरी ये. पण ती
काहीच करत नाही आणि एक एक दिवस ढकलते फक्त.

मुक्ता : पण मग तुम्हीतरी त्याला जाऊन घाबरवू शकता ना, असं वागू नये
म्हणून.

आशाची सासू : आपण नाही कुणाच्या मध्ये पडू शकत. त्यांचा संसार आहे
त्यांनीच बघितलेलं बरं नाही का?

मुक्ता : प्रार्थनाचा मुलगा कुठे नोकरी करतोय सध्या.

आशाची सासू : मला माहित नाही बाई.

मुक्ता : माझ्या इथे बघितलं असतं त्याच म्हणून म्हटलं.

आशाची सासू : काय बोलतेस, अग खूप चांगलं होईल. मी सांगते त्याला तुझ्याबरोबर बोलायला. (निघत) मी आहे खाली.

मुक्ता : हो नक्की. चला मीही खालीच येते. झाली माझी कामं. जेवणात ताईची मदत करेन. तुम्ही जेवूनच जाल ना?

आशाची सासू : हो, जेवूनच जरा आराम करून निघेन. विलास येतोय सोडायला, त्यालाही भेटायचं आहे बाबांना म्हणतोय. चल मग मी आहे खालीच, ये आवरून.

मुक्ता : हो आई आलेच.

मुक्ता, आशाच्या सासूला भेटल्यावर अगदी बैचैन झाली. तिला तिची चूक कळली. ती आता आशाच्या घरी राहत होती त्याला जवळ जवळ सहा महिने झाले होते. जेव्हा मुक्ता दवाखान्यातून आली होती तेव्हा तिने ठरवलं होत कि काही महिन्यात हवं तसं नवीन घर मिळेपर्यंत फक्त आशाकडे राहायचं नंतर तिथून निघून जायचं. आई बाबांकडे गेली असती तर त्यांनी प्रेमबरोबर राहण्यासाठीच दबाव टाकला असता. म्हणून मग आशाच्या घरी येणं मुक्ताने पसंद केलं होत. पण आशाच्या चांगुलपणाचा तरी किती फायदा उचलायचा, लवकरात लवकर आशाचे घर देखील सोडायला हवे. कारण इतके दिवस होऊन गेले होते पण मुक्ताने घर शोधायला साधी सुरुवात पण केली नव्हती. त्यामुळे मग मुक्तालाच चुकल्यासारखं झालं आणी मुक्ताने विचार केला कि आपण आधी

आशाच्या घरातून निघावं तात्पुरतं भाडे तत्वावर कुठेतरी राहावं, नंतर घर शोधाव. ठरल्याप्रमाणे मग मुक्ता कामाला लागली. ऑफिस ला जाता येता ती तात्पुरता निवारा शोधू लागली. आणि एक दिवस तिला हवं तसं घर मिळालं. ऑफिसच्या जवळ, गजगजीपासून लांब, ऐस – पैस आणि शांत ठिकाणी. एका वयस्कर जोडप्याकडे त्या घराची मालकी होती. मुक्ताला असच घर हवं होत. मुक्ता लगेचच नवीन घरात राहायला गेली. आशाला माहित होतंच कि तशीही ती मुक्ताला जास्त दिवस तिच्याकडे थांबवून नसती ठेवू शकली. तिला फक्त ह्याच गोष्टीची भिती होती कि आता मुक्ता एकटी राहणार आहे. मग कधी तिचा मानसिक तोल जाऊन तिने काही करून घ्यायला नको, कारण मुक्ताने मायाला गमावण्याचं दुःख पचवणं खूपच कठीण आहे. म्हणून मग आशाला तिची काळजी लागून राहिली होती. या काळजीतून सुटका म्हणून आशाने मुक्तासाठीं दुपारचा ऑफिसमध्ये डब्बा आणि रात्रीच्या जेवणासाठी घरी मावशी लावून दिली. जेणेकरून मुक्ता दोन वेळेस जेवेल तरी नाहीतर तिने जेवणासाठीही कंटाळा केला असता. आणि आता कायम मावशींकडून मुक्ताची खुशालीदेखील तिला कळणार होती, त्यामुळे आशाला जरा हायस वाटलं.


***** 


    मुक्ता इथे नवीन घरात रमली देखील कारण पूर्ण वेळ ती कामातच व्यग्र राहायची, नसती राहिली तर तिला माहित होत कि तिच्या आयष्यातील खालीपण तिला खाऊन टाकेल. आणी आता तिच्यावर कामाव्यतिरिक्त कोणती जबाबदारीही नव्हती. म्हणून मग ती पूर्णपणे स्वतःला कामात वाहून घ्यायला

लागली. आणि तसाही तिचा कामाचा व्यापही भरपूर वाढला होता. मुक्ताला कामानिमित्त सारखं युरोपलाही जावं लागायचं, तिथे मुक्ताच्या पुढाकाराने नवीन ऑफिसही झालं होतं. मुक्ताच्या मेहनतीने त्यांच्या कंपनीचा युरोपमधला ग्राहक वर्ग हि खूप वाढला होता. मुक्ताने तिच्यासारख्या अनेक मेहनती लोकांना नोकरी मिळवून दिली होती. एकूण मुक्ताच्या आयष्यातली सगळी वादळं शांत झाली होती. आणि मुक्ता पुन्हा यशोरथावर स्वार झाली होती.

मुक्ता खूपच हट्टी होती. मुलीवर खूप प्रेम करत होती, तिला मायाची खूप काळजीपण वाटत होती. आशाकडून वरचे वर मायाची खुशाली मुक्ताला कळतंच होती. पण तरीही ती अजून मायाबरोबर बोलली नव्हती, तिला राग असा नव्हता पण तिने घेतलेला प्रेम बरोबर राहण्याचा निर्णय मात्र मुक्ताला मान्य नव्हता. त्यामुळे मुक्ताला मायाबरोबर संपर्क ठेवायचा नव्हता कारण एकतर मायाने मुक्ताला प्रेमबरोबर राहण्यासाठी दबाव टाकला असता किंवा मुक्ताने मायाला प्रेमला सोडण्याचा दबाव टाकला असता. या सगळ्यानेही त्यांचे परस्परातांतील संबंध बिघडले असते, त्यांचं आयुष्य विचलित हे झालंच असतं. म्हणून मग मुक्ताने ठरवलेलं कि मायाला काही समजावत बसण्यापेक्षा तिला जेव्हा आपलं म्हणणं अनुभवाने पटेल तेव्हा ती स्वतःच परत येईल तोपर्यंत तिला तिच्या निर्णयाचा पुरेपूर आनंद घेऊ द्यावा.

बघता बघता दिवस चालले होते. तिच्या शेजारी आणि घरमालक असलेले वृद्ध गोखले कुटुंबातही ती चांगलीच मिसळली होती. गोखले श्री. आणि सौ. दोघेच तिथे राहत होते त्यांची दोन्ही मुले आपापल्या परिवारासहित बाहेरगावी स्थायिक झाली होती. त्यांनी आपल्यासोबत आई वडिलांनाही नेऊ केलं. पण गोखले श्री. व सौ. यांना काही तिकडे करमल नाही म्हणून मग त्यांनी

परतीचा मार्ग धरला आणि इथेच राहू लागले. अधून – मधून मुलं त्यांना भेटायला येत किंवा यांना तिकडे यायला सांगत. गोखले दाम्पत्य अगदी सुरेख आयुष्य जगत होते. आता तर त्यांनाही एक चांगली जोडीदारीन मिळाली होती मुक्ताच्या रूपात. मुक्ताही त्यांना काही हवंय नकोय सगळं अगदी आपुलकीने करायची. आता तसंही तिला कोणी राहील नव्हतं काळजी घेण्यासाठी. आधी मुलीची काळजी घ्यायची पण आता तीही मुक्ताच्या आयुष्यात राहिली नव्हती. मुक्ताला वरचेवर गोखले कुटुंबाकडे काही ना काही कारणामुळे निमंत्रण असे, असेच एकदा काही कारणास्तव गोखले काकूंनी तिला घरी बोलावलं. मुक्ताही लगेच आपली काम उरकुन त्यांना भेटायला आली.

मुक्ता : बोला काकू का बोलावलत?

गोखले काकू : मुक्ता, बाळा मला जरा हा दवा कसा घ्यायचा ते सांग ना, डॉक्टर ने बघ लिहुन दिलंय, पण मला ते कळतं नाहीये खूप लहान आहे अक्षर, आणि नेहमीचा पण नाहीये दवा.

मुक्ता : हो नक्की, द्या ना बघते. (डॉक्टर ने दिलेला कागद, आणि दवा मुक्ता नीट लक्ष देऊन बघू लागली, गोळ्यांचे दोन गट पाडून) काकू हे बघा ह्या गोळ्या दुपारी आणि ह्या रात्री अशा घ्यायच्या आहेत.

गोखले काकू : बरं, अगं काकांनाही आता जरा लहान अक्षर दिसत नाहीत ना, म्हणून मग खूप गैरसोय होते

गोखले काका : (मध्येच) अगं माझा चष्मा नाही आलाय ना म्हणून

मुक्ता : पण काका कधी येणार मग तो, मी तुम्हाला आल्यापासून कधींच चष्म्यात बघितलं नाही. म्हणजे तुम्हाला बनवायला देऊन खूपच वेळ झालाय.

आता पर्यंत तर मिळायला हवा होता. कुठून आणायचा असेल तर सांगा, मी ऑफिसवरून येताना आणेन.

गोखले काका : नाही बाळा मित्राचंच दुकान आहे. म्हणून आपलं आरामात बाकी काही नाही. आणि तसाही मी आता काही वाचन पण करत नाही. मग कशाला हवाय चष्मा?

मुक्ता : का नाही करत, काय झालं?

गोखले काका : काही बाकी तर हवं वाचायला, माझी सगळी पुस्तक किमान १०–१२ वेळा वाचून झालीत. आणि नवीन लेखकांची पुस्तकं मला काही आवडतं नाहीत. मी प्रयत्न केला ३–४ नवी पुस्तक वाचून पण नाही पटलं. जुन्या लेखकांची भाषा, विचार, कल्पना अप्रतिम असायच्या. आता आधी सारखं काहीच राहील नाही.

मुक्ता : काय बोलता, कुठे आहे का जवळपास लायब्ररी?

गोखले काका :  म्हणजे अजून तू कधी आपलं घर पूर्ण बघितलं नाही वाटतं? कशी बघशील तू हॉल मधूनच पळतेस नेहमी. आज तुला दाखवतो ये.

असं बोलून काका हॉलच्या दरवाज्यातून आत गेले आणि अजून दोन दरवाजे ओलांडून एका दरवाज्यात आत शिरले ते त्यांचं देवघर होत त्याला पार करून अजून एक खोली लागली तिच्यात काका आणि त्यांच्या मागे मुक्ता आणि काकूही आल्या. आणि ती थक्क झाली इतकी पुस्तक त्यांच्याकडे होती सगळी अगदी व्यवस्थित कपाटात रचलेली. खोलीच्या भिंतीचा फुटभरही भाग बिना पुस्तकांचा नव्हता. आणि खोलीहि चांगलीच मोठी होती.

मुक्ता : काका काय हे, इतकी पुस्तके?

गोखले काका : मला आवड होती पुस्तकांची आणि हिलाही. पण आता सळसळत्या तारुण्यामुळे जरा जमत नाही. कित्येक दिवस पुस्तक नीट आवरूनही ठेवता आली नाहीत.

खोलीला लागूनच चांगली भली मोठी बागही होती. तीही मुक्ताने पहिल्यांदाच बघितली होती. चांगल्या मोक्याच्या ठिकाणी इतकी मोठी जमीन असणे म्हणजे खरच खूप मोठी गोष्ट होती आणि तीही कायम ठेवणं कोणत्याही प्रलोभनाला न भुलता म्हणजे त्याहून मोठेपणा.

मुक्ता : (बागेकडे बघत) काका हि बागही तुमचीच का?

गोखले काका : हो

मुक्ता : मग ह्याची काळजी कोण घेत? कारण गवत वगैरे छान कापलेलं आहे, पण मग कोणत्याच झाडाला फुलं नाहीत

गोखले काका : आम्हीच बघतो पण नाही जमत आधी सारखं, आधी बाग चांगली फुलांनी भरलेली असायची, सौ पूजेसाठी तिथूनच फुलं घ्यायच्या.

तितक्यात मुक्ताचा फोन वाजायला लागला, मुक्ता फोन मध्ये बघून

मुक्ता : काका-काकू आणखी काही काम होत का? मला ना मिटिंग आहे. मला निघावं लागेल

गोखले काका : आज तर रविवार आहे ना, मग सुट्टी नाही का?

मुक्ता : सुट्टी आहे हो पण जी ऑफिसची काम एरवी नाही करता येत, ती आम्ही सुट्टीच्या दिवशी करतो. त्याचीच हि घंटा वाजली.

गोखले काका : (वैतागून) कसली सुट्टी मग, ये बाळा तू.

मुक्ता : चष्म्याच मला सांगा, मी घेऊन येईन हवं तर.

गोखले काका : हो, बघतो मी त्याला फोन करून विचारतो.

मुक्ता गडबडीने निघून गेली, आणि पुन्हा आपल्या कामांमध्ये रमली. आठवडा गेला, नंतर तिच्या लक्षात आलं, गोखले कुटुंबियांना कदाचित मदतीची गरज आहे. तीने आवर्जून त्यांना भेटायला जायचं ठरवलं, आणि अशाच एका शुक्रवारी ती ऑफिसमधून घरी जाण्याअगोदर गोखलेच्या घरी गेली.

मुक्ता : काकू.... आहात का घरी.

गोखले काकू : ये ये मुक्ता, कसं येणं केलंस?

मुक्ताने आपल्या बॅगेत हात घातला आणि ३०–४० समान भागात विभागलेले २–३ प्लास्टिकचे डब्बे बाहेर काढले.

मुक्ता : हे बघा काकू, मी काय आणलंय ते? हे ना गोळ्या ठेवायचे डब्बे आहेत, यात मी काय करत जाईन. महिन्याच्या एकदम गोळ्या तुम्हाला ठेवून देत जाईन, तुम्ही रोज आठवणीने एका भागातलत्या गोळ्या एका वेळेला खायच्या. आणि परत डब्बा हवाबंद करून ठेवायचा. काय बोलता. मस्त सिस्टम केली ना एकदम?

गोखले काकू : हो ना, भारी काम झालं. थांब मी गोळ्यांचा माझा डब्बा आणते

इतक्यात गोखले काका पण आले, मुक्ताच्या हातातल्या पिशव्या बघत

गोखले काका : रग्गड खरेदी झाली वाटतं?

मुक्ता : हो, जरा येताना खरेदी करत आले, उद्या आई बाबांकडे जाते ना.  मग त्यांना काय हवंय नकोय ते घेतलंय.

गोखले काका : तुझ्या खरेदीत आणी त्रासात आमच्यामुळेदेखील वाढ झाली म्हणायचं.

मुक्ता : काय हो काका इतक्याश्याने कसला त्रास होणार आहे मला?

गोखले काकू त्यांचा औषधाचा डब्बा घेऊन आल्या

मुक्ता : काकू औषधाचा कागद त्या दिवशीचा आहे का, म्हणजे मग मला बघून नीट भरून ठेवता येईन ना.

गोखले काका : चहा ही कर ग, नाहीतर मुक्ता त्या दिवशीसारखी तशीच काहीही न घेताच निघून जायची.

मुक्ता : नको, चहा राहूदे.

गोखले काकू : काय नको, ठेवला पण मी, आणि हा घे कागद.

मुक्ता कागद बघत गोळ्या भरू लागली, गोखले काका काहीसे बेचैन झालेले तिने बरोबर हेरले. सगळे डब्बे व्यवस्थीत भरून मुक्ता काकुंकडे गेली

मुक्ता : काकू हे घ्या तीन डब्बे हे दोन लाल डब्बे तुमचे आहेत कॅप्सूल आणि गोळी आहे ती तुमची जेवणानंतरची गोळी आहे. आणि हि एकच गोळी आहे ती जेवणा आधीची आहे. आणि हा सफेद डब्या काकांचा आहे, एका वेळेला

डब्यातल्या एका भागातली औषधं घ्यायची. महिन्यातून एकदा मी भरून देत जाईन.

(काकांकडे बघत, थोडं थांबून)

आता मी तुम्हाला न विचारता हे डब्बे आणले तो माझा आगाऊपणा झाला.पण परत मी काहीही बिना विचारता आनणार नाही, आणी हो, प्रत्येक गोष्टीचे तुम्हाला पैसेही मोजावे लागणार आहेत. माझ्याकडे काही पैशाचं झाड नाही, महागाईही किती वाढलीये.

काकांची बेचैनी काहीशी कमी झाली आणि ते मुक्ताकडे बघून हसू लागले, त्यांना कळलं कि मुक्ताला त्यांची चिंता कळली ते. गोखले काकांना मदतीची गरज तर होती, पण  कुणाची दया नको हवी होती.

गोखले काका : अगदीच चालेल.

काकूही इतक्यात चहा घेऊन आल्या, तिघांनीही चहा नाश्ता केला.

मुक्ता : चला मग मी निघते, उद्याची तयारी करायची आहे मला.

तितक्यात गोखले काका म्हटले

गोखले काका : दोनच मिनिटे बाळा, मी जरा आलोच

असं म्हणत ते आतल्या खोलीत गेले आणि काहीतरी घेऊन आले.

गोखले काका : बाळा आम्हीही दोन दिवसाने निघालोय आमच्या चिरंजीवांकडे, एक-दोन महिने तिथेच असू. तोवर आमच्या घराची, बागेची काळजी घेशील का?

असं म्हणत त्यांनी घराची किल्ली मुक्ताला देऊ केली, काकूही आश्चर्यचकित झाल्या. कारण अजून काकांनी कधीही कुणाकडे अशी घराची चावी दिली नव्हती.

मुक्ता : (काहीशी नाराजीनेच) काका मला नाही वाटत मला जमेल, मी अशी जबाबदारी नाही घेऊ शकत, कारण जर मलाच कुठे बाहेर जावं लागलं तर कामानिमित्त. मग विनाकारण माझ्याकडून हेळसांड होईल. मला असं सारखं बाहेर जावं लागत म्हणून मग मिही घरात साधी तुळसही लावली नाही. तुमची इतकी छान बाग आहे, केवळ माझ्यामुळे होत्याच नव्हतं नको व्हायला.

गोखले काका : असं असेल तर मग काळजीच करू नकोस, कारण आम्ही दर वर्षी मुलाकडे जातो आणि आमची सगळी बाग खराब होऊन जाते, सगळी नवीन झाड मरुन जातात, आल्यावर आम्ही पुन्हा बागेवर काम करतो तिला पूर्ववत करायला. जर तू असलीसच इथे तर बघ, नाहीतर नाही बघितलंस तरी चालेल. आल्यावर आम्ही आहोतच बघायला आणि आठवड्यातून एकदा चक्कर मार फक्त, अगदी रोजही बघायची गरज नाही.

मुक्ताला आता कोणतीच वाढीव जबाबदारी नको होती, पण तिचा नाईलाज झाला आणि तिला काकांची किल्ली घ्यावी लागली. मुक्ता काका काकूंचा निरोप घेऊन निघाली. पण तिला कुठेतरी अडकल्यासारखंच वाटलं. तिला नाही आवडलं काकांनी तिला किल्ली दिलेली. मुक्ता दुसऱ्या दिवशी ठरल्याप्रमाणे आई बाबांकडे आली, तिथे आशाही आली होती. मुक्ताने आई वडिलांसाठीच्या

आणलेल्या सगळ्या गोष्टी त्यांना सुपूर्त केल्या. छान जेवण करून. मुक्ता, आशा, आई गप्पा मारायला एकत्र जमल्या. मुक्ताची चांगली उजळणी झाली, नेहमी फोन करत नसल्यामुळे. आई आणि आशाने मुद्दाम प्रेम आणी मायाचा विषयच काढला नाही. नाहीतर मुक्ता रागाने मग भेटायला पण येणार नाही म्हणून. आशा आणि आईला हे बघायचं होत कि मुक्ता नवीन तिच्या एकेरी आयष्यात रमली आहे का, तिला काही त्रास तर नाही ना.त्या दोघी त्या अनुषंगानेच बोलत होत्या. बोलता बोलता मुक्ताने विषय काढला.

मुक्ता : मला ना कायम स्वप्न पडतात, आणि त्यात मला सुंदर असा राजवाडा दिसतो.

आशा : हो तू मला बोलली होतीस.

आई : कधीपासून, तुला हि अशी स्वप्न येतायेत?

मुक्ता : मी नाही का दवाखान्यात होते, तेव्हापासून.

आई : मला का नाही सांगितलंस.

मुक्ता : राहून गेलं सांगायचं, मला त्याचा त्रास नाही होत, उलट आणखी बघत राहावंसं वाटत, आपलेपणा वाटतो बघून.

आशा : (हसत) इतके दिवस झाले ना बघतेस, त्यामुळे ओळखीचा झाला असेल.

मुक्ता : तसंच काहीतरी. किती बरं झालं असत ना, स्वप्नात पण जर आपल्याला कॅमेरा नेता आला असता. आणि ते सगळे क्षणही टिपून ठेवता आले असते तर,

नाही का आपण फिरायला जाताना जस करतो अगदी तसंच, कारण काहीकाही वेळा तर इतकी सुंदर स्वप्न पडतात कि तसं काही खऱ्या आयुष्यातही कधी कोणी बघितलेल नसेल.

आई : मुक्ता, मुळात स्वप्न हि फसवी असतात. त्यांच्या मागे पळणे बरं नव्हे. तरी मी बघते आपल्या गुरुजींना विचारून याबद्दल. पण त्याचा काही त्रास नाही ना तुला?

मुक्ता : नाही.

आई : बाकी कामात किंवा कुठे कुणाचा काही त्रास नाही ना?

मुक्ता : (हसत) काय ग आई तू, अजून काही वर्षाने मला पन्नाशी लागेल, आणि कसले प्रश्न विचारतेस मला विशीतल्या मुलीसारखे!

आई : बरं म्हणजे नाही ना काही त्रास?

मुक्ता : कोण देणार ग त्रास, तोपण तुझ्या मुलीला?

आई : बाकी पुढचं काय, घर बघायला केलीस का सुरुवात?

मुक्ता : नाहीना अजून, वेळच मिळाला नाही.

आई : याचा अर्थ राहतेस तिथे रमलीस, बरोबर ना ?

मुक्ता : हो छान घर आहे, आणि लोकं पण खूप छान आहेत तिथे. पण मी बघणार आहेच दुसरं घर. स्वतःचंही काही हवं ना. फक्त मुहूर्त निघत नाहीये.

आई : कशाला, ये ना इथेच. आमच्या नंतर जे काही आहे तुमचंच आहे ना, आणि आम्हाला पण तर कोणाची तरी गरज आहेच मला एकटीलाही नाही झेपत

आता अधिसारखं. बाबांचं तर तुम्हाला माहीतच आहे ना, सगळं जागेवर आहे. किती धावपळ करणार मी एकटी तरी. इतक्या दोन-दोन मुली पण पाहुण्यासारख्या भेटायला येतात. अशा वेळी मग वाटत एक तरी मुलगा हवा होता, समाजाच्या लाजेने तरी त्याने मग आमचा सांभाळ केला असता.

मुक्ता : मी आले असते ग, पण मग तू मला परत संसारात ढकलायला बघतेस, त्यामुळे मला खूप मनःस्ताप होतो. नीट राहूही देत नाहीस बघ. मी तरी काय करू.

आई : तुम्हाला खरं सांगायचं झालं तर, मलाच कळत नाही, खूपच अगतिक व्हायला होत ह्या म्हातारपणामुळे, धड काही सुधरतहि नाही. कायम कुणाचीतरी मदत लागते. त्यामुळे कोणीतरी कायम बरोबर असावं असं वाटतं, पण मग कधी कधी असही वाटून जात कि आपण किती स्वार्थी होतोय. फक्त आपलाच विचार करतोय. जो माणूस आपली काळजी घेतोय त्याच पण तर स्वतंत्र आयुष्य आहे. ते कायम आपल्याबरोबरच राहिले तर मग ते त्यांचं आयुष्य कधी जगणार. त्यामुळे मग मनाला वाटत त्या माणसानेही आपलं आयुष्य आनंदाने जगावं, पण मग शरीर त्याची परवानगी देत नाही. हे म्हातारपण स्वार्थी वागायला भाग पाडत. दिसायला सगळी इंद्रिय दिसतात समोरच्याला पण सगळी बिघडलेली असतात. हात आहे पण त्याने काहीही उचलता येत नाही. पाय आहे पण चालता येत नाही. डोळ्यांनी नीट दिसत नाही. काही खाता येत नाही, खाल्लेलं पचत नाही. उठता येत नाही, बसता येत नाही. रंग रूप सगळं विद्रुप होत चाललंय. काहीही लक्षात राहत नाही. कोणी काही सांगितलेलं समजतं नाही. किती भयानक आहे हे म्हातारपण. हे दाखवण्यापेक्षा देव सरळ मारूनच का टाकत नाही. का अशी मानवी आयुष्याची विडंबनं दाखवतो. का हे घाणेरडे दिवस जगत राहायचे. संपूर्ण

आयुष्य स्वतःच्या जीवावर जगायचं आणि म्हातारपणी मात्र कुणाकडून तरी अपेक्षा ठेवायची. शी , हे आहे आयुष्य. धिक्कार आहे अशया खाणेरड्या आयुष्याचा. नाही जगायचं असलं आयुष्य मला. इतकं लाचार होऊन नाही जगता येत मला.

असं बोलत बोलतच आई हमसून हमसून रडू लागली, मुक्ता आणी आशा पुरत्या गोंधळ्या. अचानक आईला काय झालं त्यांना कळेना. त्यांची कणखर आई आज म्हातारपणांसमोर हतबल झालेली त्यांना पहावत नव्हतं. त्यांनी आईला शांत करून झोपू दिलं. आणी दोघीही खाली आल्या.

मुक्ता : काय झालं ग, आपल्या आईला. ती अशी का बोलते. तुला काही माहित आहे का?

आशा : नाही ग, मीपण गेला महिना बाहेरच होते. त्यामुळे सविस्तर नाही आमचं काही बोलणं झालं महिनाभर.

मुक्ता : बाबांचा care taker राजुला विचारायचं का?

आशा : हो मी त्याला फोन करते, तू बाबांकडून काही माहिती मिळते का ते बघ.

मुक्ता : हो चालेल.

मुक्ता गेली खरं बाबांकडे पण बाबा ना अर्धांगवायू होऊन गेल्यामुळे त्यांना नीट बोलता येत नव्हतं. त्यामुळे मुक्ताला काही माहिती मिळाली नाही. पण आशाचा फोन झाला आणि राजुने त्यांना सगळी माहिती दिली.

आशा : राजूने बाबांची नोकरी सोडून नवीन दवाखान्यात नोकरी धरली आहे. तिथे त्याला पुढे आणखी काही शिकता येईल आणि पगारही चांगला आहे म्हणून. दुसरा कोणी आहे आता कामाला पण तो दांड्या खूप मारतो त्यामुळे मग आईला खूप ताण येतो. एक दिवस बाबांनी राजुला कसाबसा फोन लावून त्याला बोलावून घेतलं, तेव्हा तो येऊन बघतो तर आईही बेशुद्ध होती जवळ जवळ ३– ४ तास, मग राजुने आल्यावर डॉक्टर वगैरे सगळं केलं. नशीब बाबांनी त्या दिवशी तेवढं धाडस दाखवलं म्हणून.

मुक्ता : पण मग आपल्याला का नाही सांगितलं आईने?

आशा : आपल्याला त्रास नको म्हणून कदाचित. मुक्ता मला पण तुला काहीतरी सांगायचं आहे.

मुक्ता : बोल ना ताई.

आशा : अगं प्रेमचा फोन आला होता मला, दोन दिवस झाले. तो मायाच्या फिसाठी पैसे मागत होता. म्हणाला देतो नंतर परत. मी त्याला सांगते म्हटलं. काय करू?

मुक्ता : मला माहित होत ग, असाच आहे तो. पण आपली हि मूर्ख मुलगी तिथे जाऊन राहिले ना, काय करणार. पैसे द्यावे तर तो असेच उडवणार आणि नाही दिले तर ह्या बिनडोक मुलीच वर्ष वाया जाईल. काय करू कळत नाही (थोडा विचार करून) ताई मी उद्या मायाच्या कॉलेज मध्ये जाऊन फी भरून येते. तू सांग तू भरलीस परस्पर म्हणून. माझं कुठे नाव नको काढूस.

आशा : काय हे सगळं, कधी सगळं नीट होणार? आता तर आईही अशी वागायला लागलीय. काय करायचं?

मुक्ता : नको काळजी करुस, होईल सगळं नीट. तू तुझ्या घरात लक्ष दे. घरात एकाचा तरी संसार सुरळीत चालावा. माझा काय कित्येक वर्षांपूर्वीच उधळला होता. आता पुन्हा नव्याने संपला बाकी काही नाही. आणी आता मला मायाशिवायही राहायची सवय झालीय बोल (हसत). माहित नाही देव इतका खंबीर करून कुठे लढायला पाठवणार आहे. आईसाठी मी दर दोन–एक दिवसाने इथे रहायला येत जाईन. माझे घरमालक बाहेरगावी गेलेत त्यांची किल्लीही माझ्याकडेच आहे त्यामुळे तिथेही जाण–येणं ठेवावं लागेल. मी तुला सांगत जाईन दररोज आईच्या तब्बेतीबद्दल.

(थोडा विचार करून) ताई ऐक ना. माझे जे घरमालक आहेत त्यांनी ना मला त्यांच्या घरची चावी दिली आहे. ते जेव्हा परत येतील तेव्हा जर त्यांना त्यांच्या घरात काही दिसलं नाही तर, किंवा काही खोटा आरोप टाकून मला चोरीच्या आरोपाखाली पोलीसात तक्रार करू शकतात ना, किंवा मला ते अडकवू शकतात ना ?

आशा : काय?

मुक्ता : असंच विचारते गं . सहज चौकशी.

आशा : हो करू शकतात. पण ते जर असे फसवे लोक असतील तर का घेतलीस त्यांची किल्ली तू ? आणी तू कशाला जाणार आहेस त्यांच्या घरात इतकं सगळं व्हायला.

मुक्ता : त्यांनी ना बागेची काळजी घ्यायला सांगितले आणि त्यासाठी त्यांच्या घरातून जाव लागत.

आशा : मरूदे ना त्यांची बाग, तुला काय करायचं आहे. फिरायला जायच्या आधी त्यांनी विचार करायला हवा होता ना. ते गेले आणि तुला कामाला लावलं का?

मुक्ता : नाही ग, ती लोकं खूप चांगली आहेत. पण मलाच ना आता भीती वाटते. कोणावरही विश्वास ठेवू वाटत नाही. कोणीही नवीन व्यक्ती आयुष्यात आली कि ती मला जास्तीत जास्त काय त्रास देऊ शकते हाच विचार येतो. एकदा असं तोंड भाजलंय ना ग, कि ताक पितानाही कितीही फुंकलं तरी तोंड भाजायचीच पुन्हा भीती वाटते.

आशाला मुक्ताचं मन कळत होत पण ती काय समजावू शकणार होती मुक्ताला. दुष्मनावरही वेळ येऊ नये अशी वेळ मुक्तावर आली होती. आणि मुक्ताची झुंझ सलग इतकी वर्षे आशा बघत होती, पण त्यावर काहीही उपाय नव्हता. देव कसली परीक्षा घेत होता मुक्ताची ते त्यालाच माहित. मुक्ता दोन दिवस आई बाबांबरोबर राहून, कामाचा दिवस भरून, गोखलेंच्या घरी आली. त्यांच्या बागेत सगळ्या रोपांना भरपूर पाणी देऊन पुन्हा आई बाबांच्या घरी आली, म्हणजे परत दोन दिवस नाही आलं तरी चालेल. दोन दिवस आई बाबांकडे, आणि एक दिवस गोखलेंच्या घरी अशी तारेवरची कसरत मुक्ताची सुरु झाली. बघता बघता दोन महिने झाले पण गोखले दाम्पत्य काही यायचं नाव घेईनात. पण मुक्ताने त्यांची बाग चांगलीच बहरवली होती. मुक्ताने बागकाम करायचे टूल्स मागवले, सेंद्रिय खतं आणली. ती वेळच्यावेळी बागेत खुरपणी करणे , खत घालणे, पाणी देणे. जास्त ऊन होत असेल तर रोपांवर सावली

करणे. सगळं अगदी एखाद्या प्रोफेशनल प्रमाणे करत होती आणि तेही पार्ट टाइम मध्ये. कधी नव्हात गोखलेंच्या बागेत फुलं फुलू लागली, तिने गोखलेंच वाचनालय बघितलं तेही अस्ताव्यस्त पडलं होत. तिने सगळी पुस्तक रखाण्यांवर लिहिलेल्या लेखकांच्या नावाप्रमाणे बरोबर लावली. मुक्ालाही हि सगळी कामे खूप आवडली. तिथे राजूही आई बाबांच्या कामाला परत आला, त्याला दवाखाण्यात जास्त वेळ द्यावा लागत होता त्यामुळे त्याला तिथले काही काम जमले नाही. मुक्ाला देवळासकट देव पावला. मुक्ाची कसरत संपली. आता मुक्ा फक्त गोखलेंच घर आणि स्वतः च घर हेच बघत होती. मुक्ाला खूप जुनी पुस्तक मिळाली गोखल्याच्या वाचनालयात. मुक्ा बागेत, वाचनालयात, ऑफिसाच्या कामात खूप मनापासून रमली. मायचीही फी भरून  झाली त्यामुळे तिचीही वर्षभराची काळजी गेली होती. जवळ जवळ तीन महिन्यांनी गोखलें काकांचा फोन आला येत असल्याचा. मुक्ाला हायसं वाटलं. आता तिचे अतिरिक्त काम कमी होणार होते. पण कुठे तरी वाईटही वाटत होत कि आता तिला बागकाम आणि वाचन आधीसारखं करायला मिळणार नाही म्हणून. विनाकारण जरा जास्तच जीव लावून काम केली किंवा आपण किती लगेच दुसऱ्याच्या गोष्टी आपल्या समजू लागतो, असा विचार करून मुक्ालाच शरम आली. दोन दिवसाने गोखले दांपत्य घरी आले. मुक्ा ऑफिसचा दिवस भरून. त्यांना किल्ली द्यायला गेली किल्लीबरोबरच तिने एक काचेची बाटली पण घेतली.

(गोखलेंच्या दारात येऊन)

मुक्ा : आहे का कोणी घरात, यायचं का आम्ही आत?

गोखले काका : बस का आता, हातात दाराची किल्ली असणारे कधी पासून परवानगी मागायला लागले? या कि.

मुक्ता : काका – काकू कसा झाला प्रवास. तिथलं राहणं. तब्बेत कशी आहे सगळ्यांची. आणि मुख्य म्हणजे हि घ्या किल्ली आणि मला या जबाबदारीतून मुक्त करा लवकर. एक महिना बोलून तुम्ही मला तीन महिने कामाला लावलं. त्याचा मला पगारही हवा बरं का?

गोखले काका : अगं हो, श्वास घे मध्ये, थांबतच नाहीस. माफ कर, खरं तर चुकी झाली आमची पण काय करणार. अगं मुलं लवकर सोडतच नाहीत गेलं कि, निघायला लागलं कि मग विनाकारण भावनिक ड्रामा चालू करतात. मग काय थांबायचं थोडं अजून. असं करत करत बघ तीन महिने कधी होऊन गेले कळलेच नाही. पण काय तू अगदी सुरेख घर ठेवलंस. आता कुठेही जायला आम्हाला हरकत नाही. मागे तू आहेस ना घर बघायला काय ?

मुक्ता : मुळीच नाही. मी कंटाळ्ले तुमची कामं करता करता. संपतच नाहीत. हे झालं कि ते, ते झालं कि हे. बाकी घर सगळं ठीक होत ना, कुठे काही कमी नाही ना?

(काहीश्या संकोचाने)

गोखले काका : उलट काकणभर वाढवूनच दिल्यासारखं वाटतंय, काही लोकांचा हातचं चांगला असतो बघ. त्यांना हजार द्या, लाख करून देतील. तसं आहे बघ तुझं. काय तू अगदी बागकामाचं साहित्यापासून, खत वगैरे... भारीच सगळं. इतकी काळजी कधी मीही नाहि घेतली.

मुक्ता : काय काका तुम्ही. हे घ्या (हातातील काचेची बाटली पुढे करत)

गोखले काका : काय हे बाळा?

मुक्ता : तुमच्या बागेत मी जेव्हा जमेल तेव्हा पहाटे हे दवबिंदू जमा करायचे. तेच साठवून ठेवलेत.

गोखले काका : काय बोलतेस, अप्रतिम.

मुक्ता : औषधी असतात ना, म्हणून म्हटलं तुम्हाला देऊ.

गोखले काका : धन्यवाद, आम्हीही तुमच्यासाठी खूप गोष्टी आणल्यात बरं. (गोखले काकूंना खूण करत) अहो आणता का जरा सामानाची थैली?

गोखले काकू आत जाऊन भली मोठी सामानाची पिशवी घेऊन आल्या.

गोखले काकू : हे आमच्या मुलांकडून बरं का, तुझ्यासाठी विशेष.

मुक्ता : धन्यवाद म्हणा त्यांनाही काकू, आणि तुम्हा दोघांनाही परत आल्याबद्दल. (सगळे खळखळून हसत) चला मग मी येते, आत्ताच आले ना ऑफिसवरून. जरा आवरायचं आहे.

गोखले काका : मुक्ता बाळा, उद्या तुला आहे का गं सुट्टी?

मुक्ता : हो आहे ना. का?

गोखले काका : अगं, माझा जवळचा मित्र दामले, जरा आजारी आहे. त्याला भेटायला जायचं होत अहोंसोबत. सोडशील का ग आम्हाला तिथे?

मुक्ता : चालेल ना, येतानाची काही सोय आहे का?

गोखले काका : नाही.

मुक्ता : मग.

गोखले काका : आम्हा दोघा वयस्कर व्यक्तींना अशीच सोडून येशील का कुणा दुसऱ्याच्या घरी, कोण आणेल मग आम्हाला परत?

मुक्ता : (हसत) आणते मीच पुन्हा, काय होऊन आला आहात तुम्ही. जाताना तर बरे होतात.

गोखले काकू : अगं, दुर्लक्ष कर त्यांच्याकडे. ते मुलांना भेटून आलेत ना. खूप खुश आहेत त्यामुळे. जरा मस्करी करतायेत.

मुक्ता : नाही, मी तर म्हणेन असेच कायम सुखी राहा. चला मग भेटू उद्या.

मुक्ता निघून आली, नंतर एकदम तिच्या लक्षात आलं कि, बागकामाची साहित्य बागेत आहेत त्यामुळे ती काकांना दिसली असतील, पण खत संपवून जवळ जवळ पंधरवडा झाला होता, त्याची पाकिटंहि नाहीत तिथे, मग काकांना कसं कळलं खत वापरलेली. मुक्ता विचार करू लागली. पण तिला काही लिंकच लागेना. शेवटी तिने विचार केला उद्या थेट काकांनाच विचारते ना, कशाला विनाकारण डोकं दुखवून घेऊ. दुसऱ्या दिवशी मुक्ता ठरल्याप्रमाणे सकाळी लवकरच गोखले दाम्पत्याकडे आली. काकांनी मुद्दामून मुक्ताला बागेतल्या झोक्यावर बसायला सांगितले, आणि मागून  गोखले काकूंचे डोळे बांधून ते दोघे बागेत आले. बागेत येताच काकांनी काकूंचे डोळे बांधलेले सोडले आणि हळू हळू काकूंना डोळे उघडायला सांगितले. काकूंनी डोळे उघडले आणि त्या इतकी सारी बहरलेली फुलं बघून खूपच आनंदून गेल्या. त्या इतक्या खुश झाल्या कि त्यांना रडूच आलं. त्यांनी मुक्ताला मिठी मारली आणि त्या रडूच लागल्या. मुक्तालाच कळेना काय झालं ते. तेव्हा गोखले काकांनी सांगितलं कि काकूंना फुलं खूप आवडतात पण गेली कित्येक वर्ष त्यांच्या बागेत फुलचं आली

नाहीत त्यामुळे इतक्या वर्षांनी बागेत फुल बघून काकूंना गहिवरून आलं. काकांनी आल्यापासून काकूंना बागेत येऊच दिल नव्हत कारण त्यांना मुक्ता आणि काकू या दोघीना एकत्र बागेत आणायचं होत. ज्याने काकूही सुखावून जातील, आणि काकूंचा आनंद बघून मुक्कालाहि आपल्या मेहनतीचं चीज झाल्यासारखं वाटेल. आणि खरंच तसंच झालं. दोघीही खूप खुश झाल्या. आता वेळ होती काकांच्या मित्राला भेटायची, त्यामुळे तिघेही बाहेर निघाले, जवळ जवळ पंधरा वीस मिनटे ड्राईव्ह केल्यावर काकांच्या मित्राचं घर आल.

दामलेंचंही घर बाहेरून खूप प्रशस्थ दिसत होत. मुक्काला वाटलं गोखले काकांचा मित्र त्यांच्याच एवढा असेल. पण दामले तर गोखलेंपेक्षाही खूपच वयस्कर होते जवळ जवळ दहा–वीस वर्ष अधिक. दामले काका म्हणजे हाडांच्या सापळ्यावर थोडंसं मांस राहिलेली, निस्तेज पलंगावर पडलेली एक आकृती होती. त्यांची दृष्टी पूर्णपणे गेली होती. त्यांना नीट ऐकू येत नव्हतं नि धड बोलताहि येत नव्हतं. गोखले काका पूर्णपणे त्यांच्या अगदी तोंडाला कान लावून ऐकण्याचा प्रयत्न करत होते. आम्हाला ते काय बोलतायत ते कळतही नव्हतं. फक्त गोखले काकांच्या प्रतिउत्तरावरून दामले काका काय बोलत असतील याचा अंदाज येत होता. दामलेंच्या नोकरांनी आमचं चांगलं आदरतिथ्य केलं निघताना शेवटी दामले गोखले दोघांचेही डोळे पाणावले. गोखले काकांनी स्वतःचे डोळे पुसले आणि दामले काकांच्याही डोळ्याला रुमाल लावला. आणि त्यांचा निरोप घेऊन तिघेही पुन्हा घरी निघाले.

मुक्काला खूपच काळजी वाटू लागली हे सगळं सत्याचं बीभत्स चित्रण पाहून. खूपच किळस वाटून गेली तिला वृद्धत्वाची, वाटून गेलं इतके हाल होत पर्यंत जगण्यापेक्षा मरण आलेलं बरं. किती हे लाचारीचं जगणं. खरंच याला काहीच पर्याय नसेल का. मलाही असेच घाणेरडं आयुष्य जगावं लागेल का?

आता तरी कुठे काही चांगलं आहे, पण पुढे जाऊन हि अशी अवस्था? आता कमीत कमी लाचारी तरी नाही. पुढे जाऊन हे असं जगावं लागणार. देवाकडे रोज मरणाची भीक मागत. याला सुंदर आयुष्य बोलतात का? लहानपण, तरुणपण, जाणतेपण नंतर वृद्धत्व सगळ्याच टप्यात किती वेगवेगळे प्रश्न असतात आणि तेव्हा त्या घडीला त्यांची उत्तरही तितकीच कठोर. खरंच का देतो देव हे आयुष्य? त्रास देण्यासाठी. कि वरतून मजा घेण्यासाठी मनुष्याची. दामलेंना स्वतःचे डोळेही पुसता येत नव्हते, बोलता येत नव्हतं, ऐकू येत नव्हतं, पण डोळ्यातून पाणी बरोबर आलं, म्हणजेच सगळं निष्क्रिय झालं पण भावना काही येणं थांबत नाही.  या सगळ्यामध्ये मनुष्य, आयुष्य किती शूद्र आहे याची जाणीव येऊन गेली. पण जर काही कायम राहत असेल तर ते आपले एखाद्याविषयीचे भाव. मुक्ताला खूप काळजी वाटू लागली स्वतःची, आईची, बाबांची. हे भवितव्य आहे का आपल. अशा जगण्यासाठी आपण आयुष्यभर इतकी मेहनत करतो? देवाने आपल्याला कमीतकमी मरण तरी सोपं करून द्यायला हवं होत. मी आई बाबांना नाही असं बघू शकत. आणि मी, मी जेव्हा म्हातारी होईन, कोण मला बघेल,माझी काळजी घेईल. कि आताच जीव देऊन टाकू चालते फिरते तर. तशीपण कशासाठी जगायचं आहे. असे अनेक विचार मुक्ताच्या मनात घोंगाऊन गेले. मुक्ताला आता भीती वाटायला लागली. तिला पश्चाताप झाला गोखले कुटुंबाबरोबर आल्याचा. मुक्ता परतीच्या प्रवासात खूपच चिंतातुर झाली. गोखलेंनाही हे कळलं आणि त्यांना वाटलं आपण विनाकारण पोरीला काळजीत टाकलं. तिघेही घरी आले. गोखलेंनी मुक्ताला हट्टाने जेवणासाठी थांबवून घेतलं. मुक्ता पुरती कंटाळली होती ह्या प्रकाराला. तिने मनोमन ठरवून टाकलं होत, ह्या दांपत्याला आता या पुढे जरा अंतरावरच ठेवायचं.

गोखले काकू जेवणाच आवरायला आत गेल्या.

गोखले काका : (जरा वातावरण हलकं करण्याचा प्रयत्न करू लागले) मुक्ता, उद्या तुला ऑफिस असेल ना गं ?

मुक्ता : हो काका, (चिंतेने) ऑफिस असतं तेच बर. आयुष्यातल्या खूप साऱ्या नकारात्मक गोष्टीपासून दूर राहते त्यामुळे मी. वेळ कसा जातो, इतकं मोठं आयुष्य कसं अलगदपणे गेलं ते कळलंच नाही. नाहीतर किती गोष्टी असतात ना ज्या आपल्याला काळजीनेच मारून टाकतील अशा.

गोखले काका : अगं पण आपण विचारच का करायचा कोणत्याही गोष्टीचा?

मुक्ता : बोलणं सोपं आहे हो, पण प्रत्यक्षात नाही जमत तसं. (एकदम काहीतरी आठवून) काका मला काही विचारायचं होत, माफ करा मी स्पष्टच विचारते म्हणून, कारण माझा नाईलाज आहे. विनाकारण मला विचार करत बसायला आवडत नाही. त्यामुळे मी ज्या प्रश्नाचं उत्तर जिथे मिळेल तिथे विचारून घेते. म्हणजे नंतर ,मला विचार करत बसायची गरज नाही.

गोखले काका : तुझ्या सारख्या हुशार मुलीला खरंच काहीच समजवायची गरज नाही. साधं सोपं आहे तुज आयुष्य आणि विचार. निसंकोच होऊन विचार.

मुक्ता : काका मी तुमच्या बागकामासाठी हत्यार आणलेली तुम्हाला कळली कारण ती तुमच्या बागेत पडून होती हे मान्य, पण मी खत आणलेली ते तुम्हाला कसं काय कळलं कारण तुम्ही यायच्या जवळ जवळ पंधरा दिवस आधीच ती संपली आणि त्याची पाकिटं पण मी कधीच टाकलेली. मग ते तुम्हाला कसं माहित झालं?

गोखले काका : (थोडं चिंतेत येऊन) ते काय झालं, गेल्या वर्षी आमच्या ओळखीत एका दाम्पत्याची हत्या झाली चोरीसाठी जे आमच्या सारखेच वयस्कर होते आणि एकटेच असे जरा दूर राहत होते. वयस्कर लोक हे, ह्या चोरांचे अगदी आवडीचे सावज असते बघ. त्यामुळे आमच्या काळजी पोटी मुलाने घरभर CCTV बसवलाय, त्यामुळे तो तिथे बसून आम्हावर बारीक लक्ष ठेवतो. आणी आम्हीही मग निर्धास्त असतो.

मुक्ताची तळपायाची आग मस्तकात गेली, गोखलेंनी याची आपल्याला आधी माहिती द्यायला हवी होती असं तिला वाटलं. ती विचार करू लागली इतक्या दिवसात आपल्याकडून काही आक्षेपार्य तर काही घडलं नाही ना, आपलं वागणं, बोलणं, वावरणं सगळंच ह्यांनी आपली परवानगी न घेता कसं काय बघितलं. तिला काही बोलायलाच सुचत नव्हतं, तिला फक्त भयंकर राग येत होता गोखलेंचा. ती एक एक प्रसंग आठवू लागली या घरातले, आपले कपडे, हावभाव सगळे ठीक होते ना? हे मूर्ख लोक कोणती आपली क्लिप जर विचित्र वाटली तर viral तर करणार नाहीत ना. तिला काळजीही वाटत होती. तिला आता फक्त इथून निघायचं होत.

मुक्ता : (प्रचंड रागात, पण शांतपणे) काका तुम्ही हे मला आधी का नाही सांगितलं?

गोखले काका : मला माफ कर मुक्ता. पण आमच्या घरात येणार प्रत्येक आमच्यासाठी चोरच ना जोवर आमचा त्यावर विश्वास नाही बसत.

मुक्ता : काका तुम्ही चुकलात, तुम्हाला त्याबद्दल काहीच वाटत नाही का?

गोखले काका : मी माफी मागितली मुक्ता, आणि आम्हाला आनंदही झाला कि तू कुठे चुकली नाहीस.

मुक्ता रागाने लाल झाली होती

मुक्ता : काका मला आता अडवू नका, मला घरी जाऊन जरा आराम करायचा आहे.

मुक्ताच ते रूप बघून काकांना तिला काही अडवायचं साहस झालं नाही

मुक्ता तणतणत घरी निघून गेली, तिला पुन्हा गोखले कुटुंबीयांचं तोंडही बघायचं नव्हतं. असेच २-३ आठवडे निघून गेले आणि गोखले काकू एका संध्याकाळी मुक्ताला भेटायला घरी आल्या. मुक्ता कामाच्या गडबडीत एव्हाना गोखले प्रकरण विसरूनही गेली होती.

गोखले काकू : मुक्ताबाई येऊ का गं घरात?

मुक्ता :  काकू, अरे वा या की, विचारताय काय?

गोखले काकू : अगं बरेच दिवस झाले फिरकलीसच नाहीस, म्हटलं मीच येते भेटायला. कशी आहेस?

मुक्ता : मी मस्त, पण रखुमाई एकटीच आमचा विठ्ठल कुठे आहे.

गोखले काकू : विठ्ठल, जरा आजारीच असतो गं अलीकडे.

मुक्ता : का ओ काकू, काय झालं काकांना?

गोखले काकू : खंगलेत ग, आपण नाही का त्यादिवशी त्यांच्या मित्राला भेटलो होतो, त्याला भेटून आल्यापासून त्यांनी अन्न पाणी टाकायलाच सुरुवात केली त्याने अशक्तपणा आलाय ग त्यांना.

मुक्ता : काय बोलता काकू, इतकं मनाला काय ते लावून घ्यायचं. खरं सांगू का, माझीही मनःस्थिती त्या दिवशी जरा बिघडलीच होती. नक्की सांगता येणार नाही कशाने ते. पण खूप अस्वस्थ झालं.

गोखले काकू : कोण काय बोलणार, त्यांचा एक जवळचा मित्रही वारला गेल्या वर्षी आणि ह्यांना कळलं इतक्यात, त्यापासून ह्यांचीही इच्छा कमी होत चालली आहे बघ जगण्याची.

मुक्ता : काकू पण ते कसं चालेल. त्यांनी तुमचा तरी विचार करायला हवा, ते काही एकटेच आहेत का? मी येऊ का त्यांना भेटायला?

गोखले काकू : चल ना, त्यांचीही चहाची वेळ झाली आहे. एकत्र चहा पिऊ, आणी चांगलाच दमही भर त्यांना.

दोघीही गोखलेंच्या घरी निघाल्या, गोखले काका झोपलेले होते.

मुक्ता : काय काका येऊ का घरात?

गोखले काका : कोण, आमची मुक्ता का? ये गं ये. कशी वाट चुकलीस आज.

मुक्ता : हो म्हटलं भेटावं, खूप दिवस झाले. तुम्हाला काही आठवण येत नाही म्हणून म्हटलं आपण यावं.

गोखले काका : छे गं, आम्हाला का नाही आठवण येणार. पण आमच्या भावनेला किंमत कुठे या जगात. सगळ्यात स्वस्त गोष्ट असेल तर ती म्हणजे भावना. हे मुर्त्य आयुष्य जिथे कवडीमोल मोल आहे. तिथे अदृश्य भावनेला तो काय भाव.

मुक्ता : हो, हो अगदीच निर्वाणीचं कशाला बोलताय, इतकं काय झालं. काही दिवसांपूर्वी मुलांकडून जाऊन आल्यामुळे प्रचंड खुशीत असलेली व्यक्ती, आज एकदम निर्वाणीच कसं काय बोलू लागली. आणी हो मी माफ केलं जे काही झालं त्याबद्दल. विनाकारण तेवढं कारण घेऊन बसला असलात तर

गोखले काका : (किंचित हसून) बरं झालं तू तरी मला माफ केलस, नाहीतर तेवढ ओझं घेऊन गेलो असतो बघ.

मुक्ता : इतक्यात कशाने जाताय. तुमचे मित्र दामले काका बघितले ना, मग तुम्हीच कुठे नंबर लावताय?

गोखले काका : कोण दामल्या, तो कसला जातोय चिवट प्राणी, त्या दिवशी काय म्हणत होता माहित आहे? मला अजून जगायचं आहे. काही महिन्याने म्हणे देशमुखांच्या विमलेचे फॉर्म सुटणार आहेत. तो भरून नंबर लावायचा आहे. म्हणून हसत होता. तो आधीपासूनच असा, मला तो खूप सिनियर बरं का, यांना बघत आम्ही मोठे होत होतो. मला जेव्हा मिसुरड पण फुटलं नव्हतं, तेव्हा हा नोकरी धंदा करून अगदी मोटारीतून फिरायचा. काय तो त्याचा रुबाब, त्याचा थाट. एकदम हिरो. मला नेहमी वाटायचं आपण पण ह्या दामल्या सारखं व्हायचं. जस त्याने शिक्षण घेतलं तसेच मीही शिक्षण घेतले त्याच्याच कचेरीत नोकरीही धरली. एकदम खास मित्र झालो नंतर आम्ही. आमच्यात इतका फरक आहे कधी वाटलांच नाही.नेहमी अगदी प्रसन्न मुखाने भेटायचा, त्यादिवशीही हसत,

हसवतच होता, पण मला नाही बघवत ग त्याची अशी दशा. कुठे तरी मला पण माझं भविष्य दिसतंय. मला खूप भीती वाटते या सगळ्याची. मी नाही तयार या सगळ्याला. तुला माहित आहे. माझी दृष्टीही हळू हळू जायला सुरुवात झाले. काय चष्मा लावून करणार. हळू हळू माझी पूर्ण दृष्टी जाणार, मग हात पाय चालायचे बंद होतील, नंतर हळूहळू एक एक शरीराचा भाग निकामी होत मी वाट बघत बसेन मरणाची. मला नकोय असं आयुष्य. माझा चांगला मित्रही मला सोडून गेला. आता माझाही नंबर लागेल. त्यामुळे त्याची तयारी नको का करायला.

मुक्ता : काका, तुम्ही खूप हुशार आहात, मी तुम्हाला काय समजावणार. मला तुमचं सगळं म्हणणं कळतंय, पण मला नाही ते पटत. मरण कुणालाच चुकलं नाही, म्हणून आपण त्याची वाट बघत बसणं कितपत योग्य आहे. ते येईल तेव्हा त्याला प्रसन्न वदनाने स्वीकारा कि, पण आता जे आयुष्य आहे तुमच्याकडे त्याचा असा अनादर करून कसं चालेल. दृष्टी हळू हळू जाते म्हणताय न. म्हणजे अजून आहे ना. मग ती आहे तोपर्यंत हे जगाचं सौंदर्य डोळ्यांमध्ये साठवून ठेवा ना. इतक्यात डोळे बंद कशाला करून घेताय. एक एक भाग जेव्हा निष्क्रिय होईल तेव्हा होईल, तो पर्यंत या आयुष्याचा पुरेपूर आस्वाद घ्यायला नको का. काय माहित आज कदाचित एका छोट्या ढिगाऱ्यावर असाल, अजून आयुष्याचा मोठा पर्वत पार करायचा असेल. कुणास ठाऊक, आपल्याला काही भविष्यातलं अजून दिसत नाही. आणि जर हा तुमचा शेवटचा जन्म असेल तर, मेल्या नंतर असं वाटायला नको ना कि, देशमुखांच्या विमलेचा फॉर्म भरायला हवा होता.

(हसत)

गोखले काका : (हसून) काय चेष्टा करतेस म्हाताऱ्याची. मला बाई त्या विमल मध्ये अजिबात स्वारस्य नव्हता, आमच्या दामल्यांचाच तिथे नंबर आहे. आणि हे एकटेच फॉर्म भरणार म्हणजे नंबर त्यांचाच नाही का. (थोडं थांबून आणि विचार करत) पटतंय मला तुझं थोडं थोडं, उगाच मी मरण येणार म्हणून आतापासूनच कशाला ना तिरडी वर चढून बसू, मेल्यावर लोक चढवतील कि. थोडं काम दुसऱ्यांनाही करुदे. मला आवडला तुझा दृष्टिकोन. तू इतकी प्रगल्भ कशी ग, तेही इतक्या कमी वयात. माझे पण विचार काही असेच आहेत पण मध्ये मध्ये जरा विसर पडतो.

मुक्ता : काय काका कसली प्रगल्भ आणि काय, मला तर जीव द्यायचे विचार येऊन जातात कधी कधी, पण क्षणभरच. नंतर परत मी आयुष्य हसत जगायला तयार होते. आता गेल्या वर्षीच मला गंभीर हृदय विकाराचा झटका येऊन गेला, तेव्हा तर आयुष्याची किंमत अजून वाढली. आणी खरं सांगू का, मला ना भीती वाटते देवाची खूप. सगळे बोलतात देव खूप प्रेमळ वैगेरे आहे. पण मला बाबा नाही ते खरं वाटत.

गोखले काका : का बरं, असं का तुला वाटतं?

मुक्ता : विचार करा तुम्ही, काही दिवसासाठी कपडे भाड्यावर आणले, आणि परत करताना जर डाग लावून किंवा फाडून दिलेत तर घेईल तो माणूस परत? नाही ना. एक तर अव्वाच्या सव्वा भाव लावेल किंवा कपडे अगदी होते तसे करून मागेल हो कि नाही. मग विचार करा हा देव किंवा ज्याने कोणी आपल्याला बनवलं त्याने त्याच  उत्कृष्ट वस्त्रच नाही का आपल्याला दिल हे आयुष्य देऊन. आणि ते त्याला जर आपण घाण करून दिल तर विचार करा तो आपलं काय करेल. आणि हे जग जस चांगलं आहे त्यापेक्षा विचित्र, गुप्त आणि वाईटही आहे मग हि अशी ज्याची कोणाची उत्पत्ती आहे, त्याच्या नरोनर पंगा

घेण्यात काय बरं पॉईंट आहे. मेल्यानंतरहि तो किती हाल करेल विचार करा. उगाचच का सगळे त्याला भिऊन असतात. मग ठरवा काय करायच ते? मला तर कधी कधी वाटत हे आयुष्य म्हणजे एक रंगमंच आहे. इथे त्याने आपल्या प्रत्येकाला काही काम दिलय. आणि दिलेलं काम बरोबर वठवल कि तो शाबासकी हि देत असेल आणि पुढच्या वेळेला अजून भारी काम देत असेल, आणि जर दिलेलं काम खराब केलं तर कदाचित तो ताटकळत ठेवत असेल मग योग्य कामासाठी. काय वाटत तुम्हाला काका ?

गोखले काका : तू बोलतेस म्हणजे खरंच असेल, काय माहित तुझ्या तोंडून सरस्वतीचं बोलत असेल मला समजावण्यासाठी. पण मग तू काय करतेस असं अस्वस्थ झालं कि?

मुक्ता : मी सांगू का, मी माझ्या ऑफिसच्या कामात रमून जाते.मग मला बाकीचे काही विचारही मनात येत नाहीत. अगदी काहीच नसलं तर मग घराची आवरा आवर करते त्यातही माझं मन खूप छान लागतं. एखाद उदाहरण सांगायचं झालं तर साधी भांडी घासणे. यातही माझं मन सुखी होऊन जात. एखाद भांड पूर्ण निरखून बघायचं त्याच्या कुढे डाग आहेत ते बघायचे मग त्याला छान फेसाळणारा साबण लावून घासून घ्यायचं आणि नंतर शुद्ध पाण्याखाली धुवून स्वच्छ करायचं. आधी डागाळलेलं ते भांड आपला हात लागताच कसं स्वच्छ होत. अगदी मनही साफ धुतल्यासारखं होत. कुठेच काही मळभ शिल्लक राहत नाही. अगदी बाग सावरण्यापासून ते मोठी कंपनी चालवण्यापर्यंत सगळीच काम किती पवित्र असतात. अगदी पूजा केल्यासारखं सुख त्यातून मिळत. मग नकारात्मक, जीव देण्याचा विचार कुठच्या कुठे पळून जातो. थोडक्यात काय मी

जे काही करते त्यात इतकी एकरूप होते ना, कि मला मग इतर विचार शिवतही नाही.

तुमचा जवळचा मित्र गेला ना, मग त्याच्या आठवणीने खंगून न जाता. त्याच्या नावाने एखाद झाड लावा, किंवा नवीन एखाद काम सुरु करा. जे त्याला, किंवा तुम्हाला आवडतं. किंवा त्याच एखाद राहिलेलं काम करा. त्याच्या चांगल्या आठवणी काढून हसा. मज्जा करा. आणि गेलाय म्हणजे काय नक्की. तुम्हाला काय माहित उलट तो तुमच्या अधिक जवळ आला असेल आता. आधी तो शरीरात होता ना आता त्याला कसल बंधन. स्वैर फिरत असेल कुठेतरी. हवं ते करत असेल, हवं तस वागत असेल. आणि जर तो जवळ कुठे असेल आणि त्याला कळलं कि त्याच्या मुळे तुमची अशी अवस्था झाली आहे, तर सांगा कोणत्या मित्राला आवडेल?

गोखले काका : मला तुझी कल्पना आवडली, मी उद्याच त्याच्या नावाने एक झाड लावतो आपल्या अंगणात आणि बघतो मला कोणतं नवीन काम करता येईल ज्यात माझं मन लागून राहील असं.

मुक्ता : आता बरोबर बोललात बघा काका. बरं मग मी निघू आता, मला जरा गडबड आहे

मुक्ता गोखले काकूंना भेटायला स्वयंपाक घरात जाते.

मुक्ता : काकू, झालं माझं बोलणं काकांबरोबर. ते उद्या पासून काही धडपड करतील त्यांना फक्त न अडवता, त्यांना जे करायचे आहे ते करू द्या. म्हणजे मग त्यांचं मन लागेल आणि ते आधी सारखे होतील स्वस्थ.

गोखले काकू : झेपेल असंच काही करतील ना? नाहीतर उगाचच इथून तिथे उड्या मारायला नकोत, काय सांगितलंस नक्की त्यांना करायला.

मुक्ता : काय काकू तुम्हीपण ना, अहो उद्यापासून बागकाम करणार आहेत. मी येताना हवं तर उद्या दोन–तीन छान रोप घेऊन येते. ज्यांना जास्त जपावं लागणार नाही अशी. काय बोलता?

गोखले काकू : आपल्या कोपऱ्यावर आहे ना नर्सरी, आम्हीच दोघे उद्या जाऊन घेतो ना मग, कशाला तुला उगाच त्रास. एकतर आधीच किती करतेस तू आमच्यासाठी.

मुक्ता : त्यात काय इतकं काकू. मला निघायचं आहे आज जेवणाच्या बाई नाही आल्यात मला जेवणाची गडबड आहे. उद्या सकाळी परत लवकर जायचं आहे ऑफिसला.

गोखले काकू : इतकच ना, थांब ना मग इथेच, मी बनवते जेवण, मला हवं तर मदत कर. इथेच जेव नंतर जा घरी झोपायला.

मुक्ता : नको काकू, कशाला तुम्हाला त्रास.

गोखले काकू : त्यात काय त्रास दोघांचं करतेच ना त्यात तिघांचं. मी ह्यांना चहा देऊन येते, तू इथेच पितेस चहा कि काकांबरोबर बसतेस, तिथे देऊ?

मुक्ता : इथेच थांबते तुम्हाला मदत करते जरा मग.

गोखले काकू : आलेच लगेच, थांब मग.

गोखले काकू काकांना चहा देऊन पुन्हा स्वयंपाक घरात आल्या.

मुक्ता : काकू तुम्ही काकांना समजावण्याचा प्रयत्न नाही का केलेलात?

गोखले काकू : छे ग, मी आणि त्यांना काय सांगणार?

मुक्ता : का बरं, तुमचं ऐकत नाहीत का ?

गोखले काकू : तसं काही नाही ग, पण कसं असत. सोनाराने कान टोचलेले दुखत नाहीत, तेच जर आपल्या माणसाने टोचले तर कानही दुखतात आणी कायम रागही राहतो, कि ह्याने माझे कसे कान टोचले. कसं असत आपलं जेव्हा कोणाबरोबर नातं असत तेव्हा त्या नात्याबरोबर प्रेम, हक्क, जबाबदारी, कर्तव्य, काळजी, चिंता, रुसवा, फुगवा खूप साऱ्या गोष्टी एकत्र येतात. त्यामुळे काय होत शब्द मोजून मापून निघत नाहीत, कधी हक्काचा अतिरेक होतो, कधी चिंतेचा, तर कधी रागाचा. आणि मग जो मुद्दा मांडायचा असतो तो आपल्याला सांगताच येत नाही. आणि भलतंच काही होऊन विनाकारण नात्यात कटुता निर्माण होते. त्यामुळे आपण नातं, माणूस, त्याची प्रकृती, त्याची प्रतिष्ठा सगळं सांभाळायचं असत बघ.

मुक्ता : मला पटतंय काकू तुमचं, माझंच बघा ना. मी माझ्या आई वडिलांवर खूप प्रेम करते, मला वाटतं स्वतः त्यांची काळजी घ्यावी पण माझी आई ना असं काही बोलते ना कि मग पूर्ण दिवस मग माझं चित्त स्थिर राहत नाही.

गोखले काकू : हा प्रेमाचाच भाग आहे, जिथे प्रेम येत तिथे मग कितीही मुद्देसूदपणे बोलणारा असो तोही अडखळतोच किंवा आपले शब्दही आपल्याला नाही मदत करत. विनाकारण आपल्याला असं वाटत कि आपल्या माणसाने समजून घ्यावं जरी आपल्याला ते मांडता आलं नाही तरी. आणि आई ला खूप काळजी वाटत असणार ग, म्हणूनच मग तिचे शब्द चुकत असतील. पण तिचा हेतू वाईट नाही, हो ना?

मुक्ता : मला पण कळत हो काकू, पण काय करणार सगळाच नाईलाज आहे.

गोखले काकू : तुला वाईट नसेल वाटणार, तर काही विचारू का?

मुक्ता : नाही वाटणार हो, आणि मला माहित आहे तुम्ही काय विचारणार ते.

गोखले काकू : तो तुला मारायचा, जबरदस्ती करायचा, कोणता वाईट नाद होता त्याला, तुझ्यावर संशय घ्यायचा का कि तुझा अनादर करायचा यातलं कोणतं कारण होत ज्याने तुम्ही वेगेळे झालात?

मुक्ता : यातलं काहीच नाही काकू, माझा नवरा लाखात एक आहे.

गोखले काकू : मग का त्याच्या बरोबर राहत नाहीस?

मुक्ता : काकू काय सांगू, गेल्या वर्षी आमची भेट झाली पुन्हा, आणी मला माझं राहत घर गमवावं लागलं. त्याने त्याचा परस्पर व्यवहार करून टाकला. मी तेव्हा दवाखान्यात होते. बाहेर आले तर माझं घर माझं राहील नव्हतं.

गोखले काकू : पण त्याला कसला नाद नाही ना? मग, आणि त्याच्या नावावर होत का?

मुक्ता : नाही हो, आम्ही वेगळे झाल्यावर मी घर घेतलं होत.

गोखले काकू : त्याचा संबंध नसताना तो जर घर विकू शकतो, याचा अर्थ तो खूप मोठी पार्टी असला पाहिजे, कारण इतक्या लोकांना manage करणं खायचं काम नाही.

मुक्ता : कसली मोठी पार्टी, फाटका फकीर आहे तो, माझं घर खाल्लं आणि ढेकर हि दिला नाही त्याने.

गोखले काकू : मुक्ता ह्या दोन्ही परस्पर विरुद्ध गोष्टी आहेत, एक तर तो मोठा कोणी असू शकतो किंवा फकीर असू शकतो. दोन्ही एकदम नाही. किंवा असही असू शकत कि कोणीतरी खूप मोठा माणूस आहे आणि ज्याने तुझ्या नवर्‍याला पुरता अडकवून ठेवला असेल. तुइज्या नवर्‍याला लुबाडून तो पैसे खात असेल. म्हणजे दिसताना तुझा नवरा दिसत असेल आणि मागे कोणी दुसरा असेल. आणि ह्या सगळ्या भानगडीत तुम्हाला त्रास नको म्हणून मग तुझा नवरा स्वतःच तुमच्यापासून लांब राहत असेल.

मुक्ता : तुम्ही बोलताय त्यात तत्थ आहे. पण माझ्या कसं बरं हे डोक्यात आलं नाही.

गोखले काकू : तुला म्हटलं ना जिथे प्रेम येत तिथे आपण आपली बुद्धी वापरायचंच विसरतो.

मुक्ता : तसं जरी असलं तरी मी कधीपर्यंत त्याच्या मागे जाऊ, कधीतरी त्याने मन खोलून मला गोष्टी सांगितल्या पाहिजेत ना?

गोखले काकू : प्रश्नच नाही, त्याने जे काही आहे ते सांगायलाच हवं. पण मग तुही त्याच्या बद्दल एक सहानुभूतीचा कोपरा जिवंत ठेवायला हवास.

मुक्ता : सहानुभूती, मी अजूनही खूप प्रेम करते त्याच्यावर, पण मग घरचे त्रास देतात एक तर त्याच्याकडे जा, किंवा मग दुसरं लग्न कर. काय करणार?

गोखले काकू : त्यांचं काही चुकीचं नाही मुक्ता, त्यांच्या ठिकाणी तेही बरोबरच आहेत. त्यांना तुझी काळजी वाटणं सहाजिक आहे.

मुक्ता : सगळेच आपल्या आपल्या जागी बरोबर आहेत. मग माझीच कुचंबणा होते, म्हणून मग मी सगळ्याची खलनायिका होऊन बसले. प्रत्येकाला आता माहित आहे चुकी कोणाची आहे ते.

गोखले काकू : नको काळजी करुस, होईल सगळं ठीक योग्य वेळ अजून आली नसेल, पण येईल लवकरच.

मुक्ता : पण बरं वाटलं काकू, तुमच्या बरोबर बोलून. एक आणखी पैलू विचार करायला मिळाला मला.

गोखले काकू : मी निमित्त मात्र, हि सगळी त्या वरच्याची मांडणी. आपण कोणीच कोणाला विनाकारण भेटत नाही. प्रत्येक भेटीमागे काही ना काही कारण, अर्थ असतो बघ, आपल्याला फक्त शेवटी सगळे दुवे कळतात.

मुक्ता : तेही खरंच, बरं उद्या तुम्हाला काही मदत लागली तर सांगा आणि दर ३-४ दिवसाने येत जाईन मीपण भेटायला.

तिघांनी एकत्र जेवण करून, गप्पा मारून नंतर मुक्ताने निरोप घेतला.

मुक्ता पुन्हा आपल्या कामाला लागली, तिला कामानिमित्त ३-४ महिन्यासाठी बाहेरगावीही जावं लागलं. गोखले काकूंबरोबर बोलल्यावर मुक्ताला प्रेमसाठीची सहानुभूती अजून वाढली आणि आशाला सांगून दर महा ती आता मायाला काही रक्कम देत असे खर्चासाठी ज्याने करून माया आणि प्रेमचे जास्त हाल होणार नाहीत. मुक्ता परत घरी आल्यावर गोखले काकांच्या भेटीला आली. मुक्ता गोखले काका काकूंसाठी छानसं शोपीस घेऊन आली होती बाहेरगावावरून.

मुक्ता : कोणी आहे का घरात?

गोखले काकू : कोण, मुक्ता ये ये. कशी आहेस? कशी झाली परदेशवारी?

मुक्ता : मी मस्त, आणि वारी सुफळ संपुर्णम.

गोखले काकू : अरे वा, गुणाचीच आहे आमची मुक्का, कोणतं काम अपूर्ण सोडूच शकत नाही.

मुक्ता : काकू, तुम्ही दोघे कसे आहात? तुम्हाला मी खूप मिस केलं बरं का.

गोखले काकू : हे तू आता खोटं बोललीस बघ. तू आणि आमची आठवण का काढशील तुझ्या कामांमधून वेळ काढून.

मुक्ता : येते हो काकू, मी काय चोवीस तास बांधून नव्हते घाण्याला. जेव्हा मध्ये मध्ये विश्रांती असायची तेव्हा मग आठवण यायची. तुमची, काकांची, माझ्या आई बाबांची आणि परिवाराची. दोन दिवस आई कडेच उतरले होते. मस्त तिथे लाड करून घेतले आणि आले इथे तुमच्याकडून लाड करून घ्यायला.

गोखले काकू : तू कोण करवून घेणार, आम्हीच करणार लाड तुझे. आता जेवूनच जा. मस्त गोडाचं करते खायला.

मुक्ता : काकू आपले काका कुठे गेले?

गोखले काकू : काय सांगू तुला त्यांचा पायच घरात थांबत नाही, फिंगरी लावलीय त्यांनी पायाला बघ.

मुक्ता : का बरं, काय झालं त्यांना.

गोखले काकू : अंग, जाताना तू नाही का सांगून गेलेली. अगदी तसंच वागतायेत. बागेत बघ किती मोठं झाड लावलय, चिकूच्या कलमाच. मस्त काळजी घेतात संपूर्ण बागेची. अधिसारखेच पुस्तकही वाचायला लागलेत. आणि मोठा प्रताप म्हणजे ५–६ अंथुरणावर असणाऱ्या वयस्कर व्यक्तींची पूर्ण जबाबदारीने काळजी घेतायेत. खूप धावपळ होते त्यांची. म्हणजे त्यांनी कामाला ठेवलेत माणसं, पण दिवसातून एकदा तरी प्रत्येकाला स्वतः भेटून विचारपूस करून येतात.

मुक्ता : (चिंतेने) काय बोलता, पण मग याने काकांची तब्बेत नाही का बिघडणार. इतका व्याप करत बसले तर.

गोखले काकू : नाही ग, उलट ते खूप आनंदी असतात आता, त्यांच्या चेहऱ्यावर थकवा म्हणून दिसत नाही.

मुक्ता : अंधार होत आला तरी अजून ते बाहेर आहेत, काकू तुम्ही त्यांना जास्तच सूट दिलीत बघा. येतील ना ते नीट घरी?

गोखले काकू : नको ग काळजी करू, त्यांनी एक रिक्षावालाच ओळखीचा करून घेतलाय, त्याला फोन केला कि तो येतो. मग काय स्वारी मोठी फेरी मारूनच येते सगळ्यांना भेटून. मीही जाते त्यांच्याबरोबर कधी कधी, खूप समाधान वाटत बघ त्यांच्या कर्तृत्वाचं. त्यांना असच बघायची सवय आहे मला, पण मध्यंतरी त्यांची गाडी भलत्याच फलाटावर फिरत होती, तिला तू योग्य मार्गावर आणून ठेवलंस. तुझे जितके उपकार मानावे ते कमीच आहेत. आपले गेल्या जन्मीचे काही नाते असेल, तेव्हाच ह्या जन्मीही भेटलो.

मुक्ता : असेल तसही, याशिवाय इतके घट्ट बंध नसते बांधले गेले. काका कधी पर्यंत येतील?

गोखले काकू : येतील इतक्यात, त्यांची वेळ तर झालीय.

इतक्यात काका दरवाज्यातुन मुक्ताला बघून आनंदाने घरात येतात.

गोखले काका : अरे व्वा व्वा, आमची मुक्ताबाई आली का? छान छान, अहो आज हिला जेवल्याशिवाय पाठवायचं नाही बरं का.

मुक्ता : हो मी जेवूनच जाणार आहे, काकूंचं झालं बोलून. पण तुम्ही आहात कसे? कुठे?

गोखले काका : म्हणजे आमच्या सौ. नि सांगितलं नाही कि काय अजून?

मुक्ता : सांगितलं पण म्हटलं तुमच्याकडून ऐकावं, तुमच्या शब्दात.

गोखले काका : मी एकदम मस्त आहे. धन्यवाद आम्हाला आमच्या हरवलेल्या चिकूला भेटवल्याबद्दल. माझा मित्र त्याला आम्ही चिकू बोलायचो. तो गेल्यापासून मलापण जगण्याची इच्छा नव्हती. पण तू त्या दिवशी माझे डोळे उघडलेस. (निराशेने) विनाकारण इतके दिवस घालवले रडत राहण्यामध्ये त्याने आमच्या सौ. नाही किती त्रास झाला असेल याचा मी विचारपण नाही केला. मी जरा हात पाय धुवून येतो हा मुक्ता आताच आलो ना बाहेरून(असे बोलून काका हात पाय धुवायला निघून गेले)

मुक्ता : हो हो, आरामात काका.

काका फ्रेश होऊन पुन्हा आले. मुक्ता गहन विचारात बसलेली होती, हे बघून मग काका म्हणाले

काका : काय झालं, कुठे हरवलीस मुक्ताबाई?

मुक्ता : इथेच आहे. मी विचार करत होते.

काका : कसला?

मुक्ता : तुमचा मित्र कसा वारला?

काका : त्याचा अपघात झाला आणि तो जागेवरच गेला

मुक्ता : तो पण अशीच धावपळ करत असायचा ना?

काका : म्हणजे?

मुक्ता : तो अशी वृद्धांची काळजी घ्यायचा, म्हणून मग तुम्ही हे काम करताय ना?

काका : (चिंतेने) तूच बोललेलीस ना त्याच राहिलेलं एखाद काम करा.

मुक्ता : हो, आणी निःसंशय ते प्रशंसनीयच आहे

काका : मग, असं का बोलतेस?

मुक्ता : नाही म्हणजे मला वाटत इतकं चांगलं काम आपल्या नंतरही राहील पाहिजे, ते तुमच्याबरोबर थांबायला नको. माफ करा जरा स्पष्टच बोलते. तुम्हीही काका वयस्कर आहात. अशात किती दिवस हि एवढी धावपळ करू शकाल, समजा अजून दोन वर्ष त्यांनतर काय. कोण करणार त्या पुढे? तुमचं काम तुमच्या मागे संपणार? का याला आपण कायम चालू ठेवू शकत नाही? याला जर आपण एक संस्था बनवली तर अजून काही लोक जोडून घेतले तर, हे इतकं चांगलं काम

अविरत चालू राहील. चांगली व्यक्ती च्या नंतरही त्याची चांगली वृत्ती जिवंत राहिली पाहिजे. मला वाटत आपण जर एखाद काम करत असू, तर असं करावं कि अजून दहा जणांना ते काम करण्याचा मोह झाला पाहिजे. आणि ते करताना कुठेही वाहवत न जाता पूर्ण विचार करून अविरत करत राहील पाहिजे आणि आपलं आयुष्य हि जगता आलं पाहिजे आणि कामही झालं पाहिजे.

काका : म्हणजे मग गी काय करू म्हणतेस? मला नाही कळलं.

मुक्ता : मला जरा वेळ द्या विचार करायला, मी विचार करून सांगेन तुम्हाला नक्की आपण काय करू शकतो ते याबाबत.

काका : तुला जितका हवा तितका वेळ घे आणि सांग मला मी काय करू ते. पण तोपर्यंत करतोय ते काम करू का?

मुक्ता : हो हो निर्विवाद, तुम्ही करताय ते चांगलंच काम आहे काका, आपल्याला फक्त ते अजून चांगल्या प्रकारे आणि अधिक व्यापकतेने करायचं आहे, आणि हो, तुम्हाला त्रास न होता.

गोखले काका : नाही ग मला कसला त्रास होत, उलट माझ्या आयुष्याला अर्थ आलाय.

मुक्ता : काका मी नाही अडवत तुम्हाला पण फक्त मला याच स्वरूप बदलून बघू दे तेही एकदाच. जर माझा प्रयत्न फसला तर मी नाही अडवत तुम्हाला पण एकदा फक्त माझं ऐका.

गोखले काका : मला तुझ्यावर पूर्ण विश्वास आहे. पण मला आवडलंय हे सगळं, सगळ्यांना भेटणं, त्यांची चौकशी करणं, त्यांच्या बरोबर गप्पा मारणं, त्यांची काळजी घेणं. माझ्या आयुष्याचा हा भाग झालाय.

मुक्ता : मला एक आठवडा द्या, तोवर मी सांगते, तोपर्यंत बिनचूकता हे काम करा. खुश ?

गोखले काका : खूप खुश.

मुक्ता, काका आणि काकू सगळ्यांनी मस्त परदेशवारी च्या गप्पा करत जेवण संपवलं आणि आपापल्या मार्गाला लागले. मुक्ता तिच्या कामाच्या कचाट्यात पुन्हा अडकली. कामामध्ये तिची जबाबदारी अजून वाढली होती त्यामुळे मनात असून सुद्धा ती काकांच्या मदतीसाठी जाऊ शकत नव्हती. कामानिमित्त पुन्हा मुक्ताला बाहेरगावी जावं लागलं ह्यावेळी ती सहा महिन्याने आली, पण काकांसाठी छानसा प्लान घेऊन आली होती. ज्यामुळे ती आणि काका–काकूही खूप खुश झाले. मुक्ताने गोखलेंच्या घराजवळील वीस एकर जमीन खरेदी करण्याचा निर्णय घेतला ज्यावर ती तिच्या कंपनीच्या मदतीने भव्य वृद्धाश्रम बांधून घेणार होती. ज्यामध्ये काका, काकू, मुक्ताचे आई, वडील, काकांचा सारा मित्रपरिवार राहू शकणार होता. शिवाय आणखी खूप सारे वृध्द तिथे राहू शकणार होते. मुक्ताला वाटत होत वृद्धत्व हे दुसरं बालपण असत त्यामुळे ते साजरं केलं पाहिजे, त्याचा त्रास करून घेतां कामा नये. जसे आपण मोठे  होत जातो तसे देवाकडे पुन्हा बालपण मागतो. जेव्हा देव वृद्धत्वाच्या रूपाने आपल्याला बालपण देऊ करतो तेव्हा आपण त्याचा हसतमुखाने स्वीकार केला पाहिजे . आयुष्यातला हा शेवटचा टप्पा आपण खूप आनंदाने व्यतीत केला पाहिजे .  त्यामुळेच सर्व वृद्धांना चांगल्या आरोग्याबरोबर, मानसिकरीत्याही आनंदी ठेवणं खूप गरजेचं आहे. आणि वृद्धत्वातलं सुख म्हणजे आपल्या मित्र मंडळींमध्ये राहणं, म्हणून मुक्ताचा हा सगळा घाट होता, आणि मुख्य म्हणजे आता काकांची धावपळ पूर्णपणे बंद होणार होती. पण तरीही सगळं

व्यवस्थापन हे काकांनाच बघायचं होत जेणेकरून आपल्या हातातच सर्व कारभार राहील.

मुक्ताच्या या वृद्धाश्रमात सफाई करणाऱ्यांपासून ते स्वयंपाकी, माळी, सुरक्षा रक्षक, निवासी डॉक्टरांपर्यंत सगळी सोय राहणार होती. प्रत्येक निवासी स्टाफसाठीही मुक्ताने विशेष तरतूद केली होती . निवासी कर्मचाऱ्यांच्या घरांच्या ताफ्यात मुक्ता स्वतः साठी एक टुमदार बंगला बांधणार होती स्वखर्चानेच. ज्याच्या शोधात मुक्ता घराबाहेर पडली होती ते तिला आता कुठे मिळवता येणार होत, तीच घर. ह्यावेळेला मात्र तिचा परिवार खूप वाढणार होता. आधी सारखी ती एकटी राहणार नव्हती. तिच्यावरती खूप लोकांची पूर्ण जबाबदारी येणार होती. ती पूर्ण वेळ ह्या वृध्दाश्रमाचं काम बघू शकणार नव्हती . कारण जमीन खरेदी आणि घरातच तिची सगळी जमापुंजी खर्ची पडणार होती, त्यात तिला स्वतःसाठी आणि मुलीच्या शिक्षणा साठीही काही तरतूद करून ठेवावी लागणार होतीच. त्यामुळे ती तिची नोकरी सांभाळूनच काकांना व्यवस्थापनात मदत करणार होती. त्यामुळे अशा परिस्थितीत इच्छा असूनही तीला हे वृद्धाश्रम मोफत ठेवता येणार नव्हते कारण इतका मोठा गोतावळा सांभाळणं म्हणजे खूपच कठीण काम राहणार होत. आणि कुणाकडे मदत मागणं हि शक्य नव्हतं, त्यामुळे प्रत्येकाला दर महिना काही रक्कम हि द्यावीच लागणार होती. त्यासाठीही मुक्ताने छान कल्पना काढली होती. काका आणि त्यांच्या सगळ्या मित्रांची शहरात मोठी घर होती ती घर त्यांच्या परवानगीने भाडे तत्वावर देऊन त्याच भाडं इथे त्यांच्या दर महा खर्चासाठी वापरता येऊ शकणार होती. त्यामुळे प्रश्न असा कोणताच राहिला नव्हता.

*****

ठरल्याप्रमाणे मुक्ताने जमीन घेतली आणि वृध्दाश्रमाचं कामही चालू झालं. काका काकू दोघेही भूतपूर्व सरकारी नोकरीत असल्यामुळे त्यांनी आपल्या ओळखीने संस्थेच्या मंजुरीचे आणि इतर कागदोपत्री कामे सांभाळली. आणि असेच एक-एक मदतीचे हात वाढत गेले आणि बघता बघता वृद्धाश्रम उभाही राहिला. वृध्दाश्रमाचं नाव काकांनी "सुदान नगरी" ठेवलं त्यांच्या मित्राच्या सुदामच्या नावावरून. चिकू तर त्याच टोपण नाव होत त्यांच्या मित्राचं खरं नाव होत सुदाम पवार. काकांचे सगळे मित्र काकांबरोबर राहायला आले. प्रत्येकाला आपापली वेगळी खोली मिळाली. सगळे आपले सकाळचे सोपस्कार आटोपून खाली येत असत मग सकाळचा व्यायाम, देवपूजा, नाश्ता करून स्वारी TV बघायला नाहीतर, वर्तमान पत्र वाचायला किंवा गप्पा मारायला जायचे  नंतर जेवण, दुपारचा आराम, संध्याकाळचे खेळ, नाश्ता, प्रवचन, जेवण. असे त्यांचे दिवस आनंदात जाऊ लागले. त्यांचं पथ्यपाणी, औषध सांभाळली जात होती त्यामुळे त्यांचं आरोग्य आणि मित्रांमध्ये राहिल्यामुळे त्यांचं मन सगळं कस स्वस्थ रहात होत. हेच मुक्ताला अपेक्षित होत. तीही काम सांभाळत चांगलीच रमली होती सगळ्यांमध्ये, मध्येच कधीतरी तिलाही मायाच्या आठवणीने भरून यायचं पण तिने स्वतः ला आवर घातला आणि या सगळ्यांमध्येच सुख मानून राहू लागली. मुक्ता आशाच्या मार्फत मायाच्या संपर्कात होतीच. माया MMBS करत होती, मुक्ताही दरवर्षीप्रमाणे कॉलेज ची फी भरून येत असे आशाच्या नावाने, जेणेकरून मायाच्या शिक्षणात खंड पडू नये. बघता बघता वृध्दाश्रमाला ७-८ वर्षे झाली. मौखिक प्रसिद्धीमुळे वृद्धांची संख्याही चांगलीच

वाढली. सगळे आपली **second inning** मस्त एन्जॉय करत होते सुदान नगरीमध्ये.

(पल्ली राजा दोन यांची लहानपणाची गोष्ट)

आईच्या अचानक झालेल्या निधनामुळे युवराज पल्ली आणि राजा रामेश्वर दोघेही कोलमडून गेले होते. युवराज तर जरा जास्तच.  तेव्हा मंत्रिमंडळातील लोकांच्या म्हणण्यानुसार राजांनी स्वतःला सांभाळून घेतलं. आणि आता त्यांना युवराज पल्ली यांनादेखील समजवायचं होत. राजा रामेश्वर युवराज पल्ली यांना भेटायला गेले. युवराजांनी अन्न –पाणी टाकल्यामुळे ते खूप कमजोर झाले होते. आणि आपल्या आलिशान पलंगावर पहुडले होते. राजा भेटायला येत असल्याची घोषणा झाली तसे युवराज पल्ली सावरून बसले.

युवराज पल्ली : बाबा, आपल्याला साष्टांग नमन. आपण मला बोलावलं असतं, तुम्ही तसदी कशाला घेतली?

राजा रामेश्वर : आपल्या लाडक्या चिरंजीवाला भेटण्यात कसली आली तसदी. आपली तब्ब्येत काय म्हणते युवराज.

युवराज पल्ली : आम्ही स्वस्थ आहोत, पण अन्न ग्रहण करायची इच्छा होत नाही.

राजा रामेश्वर : आम्ही समजू शकतो, न भरून येणार नुकसान झालं आहे आपलं. त्याचा त्रास हा होणारच पण म्हणून आपण आपली कर्तव्ये तर टाकू शकत नाही ना युवराज? आपल्या वरती समग्र राज्याची जबाबदारी आहे.

युवराज पह्मी : आमचं काही चुकलं का बाबा ?

राजा रामेश्वर : चुकलं तर नाही. पण जर आपलं हे वागणं असंच राहील तर मात्र चुकेल.

युवराज पह्मी : आपण आम्हाला आज्ञा द्यावी, आम्ही आपली कशी मदत करू शकतो?

राजा रामेश्वर : राज्याच्या सुखासाठी आणि आपल्याला नवीन मार्ग सापडावा यासाठी आम्ही यज्ञ करण्याचे योजत आहोत, त्याची संपूर्ण तयारी आपण करावी अशी आमची इच्छा आहे.

युवराज पह्मी : आपण निर्धास्त राहावे. आम्ही सगळी तयारी करू आपल्या ब्राह्मणांच्या  आणि सेवकांच्या मदतीने.

राजा रामेश्वर : ह्या यज्ञाच्या तयारीसाठी, फक्त राजघराण्यातील लोकच योगदान देऊ शकतात. तुम्ही ब्राह्मणांची मदत घेऊ शकता पण फक्त सामग्रीची सूचि जाणून घेण्यासाठी. सर्व तयारीही आपल्यालाच करावी लागेल. तुम्हाला आपले पुरोहित सांगतील, त्यांची भेट घ्या. सगळ्यात कठिण कार्य, जे मी जाणतो ते नऊ मोठे पिंप दवबिंदू संग्रहित करणे आहे. त्याच कार्याची मला चिंता आहे.

युवराज पह्मी : आपण चिंतारहित व्हावे बाबा, मी या कार्याची पूर्तता लवकरात लवकर करेन. त्यानंतर इतर सूचीकडे लक्ष्य देईन.

राजा रामेश्वर : आम्हाला आपल्याकडून याच गोष्टीची अपेक्षा होती.

असे बोलून राजाने आपल्या युवराजांवर मोठी जबाबदारी टाकली, जिकी अजिबात सोपी नव्हती. पण युवराज अगदी पहाटेच दवबिंदू संग्रहित करायला निघून जात. थेंबे थेंबे तळे साचे, या गुणधर्माने हळू हळू करत नऊही पिंप भरले. नंतर युवराज आणखी दुर्मिळ अशा पुष्प, पर्ण आणि फळं यांच्या संग्रहाच्या कामाला लागले. युवराज यांच्या अथक परिश्रमाने राजा रामेश्वर यांना एक–दोन मास मध्येच यज्ञ संपूर्ण करता आला. त्यानंतर राजा आणि युवराज दोघेही पूर्ववत कामाला लागले.  राजा यांनी  पत्नीवियोग आणि युवराज यांनी मातावियोग यावर यशस्वीपणे मात केली. आणि पुन्हा राज्यकारभाराचा अविरत प्रारंभ झाला.

नेहमीप्रमाणे मुक्ता फेरफटका मारण्यासाठी निघाली. तिला वऱ्यांड्यात माया दिसली. मुक्ता एकदम गडबडली. कित्येक वर्षांनी तिने प्रत्यक्ष मायाला बघितलं. मुक्ता स्वतःला सावरत तिथून निघू लागली. तेवढ्यात मायानेही मुक्ताला बघितलं आणि माया धावतच मुक्ताकडे आली.

माया : आई, कशी आहेस तू?

मुक्ता : मी छान आहे, तू कशी आहेस ? आणि इथे कुठे?

माया : मी आणि बाबाही छान आहोत. माझं स्वप्न आहे आई सुदान नगरीत काम करायचं. इथे मुलाखत चालू आहेत म्हणून म्हटलं यावं आणि प्रयत्न करावा.

मुक्ता : तू बाहेर स्वतःच क्लिनिक काढू शकतेस इथे आपण निवासी डॉक्टर बघतो, तुला कसं जमेल ते? बाहेर प्रॅक्टिस कर चांगलं नाव, पैसा कमव मग जर तुला वाटलं तर ये. इथूनच सुरुवात करायची म्हणजे आणि नंतर जर तुला कोणती चांगली  संधी नाही मिळाली तर, पुढे जाऊन पश्चाताप नको व्हायला.

माया : नाही आई चालेल मला. इथूनच सुरुवात करायची, म्हणूनच तर मी डॉक्टर झाली आहे

मुक्ता : म्हणजे ?

माया : आई, बाबा म्हटले होते परत आईकडे जायचं असेल तर आयुष्यात काहीतरी भरीव करूनच जा, तेव्हाच ती तुला माफ करेल. मी विचारच करायचे काय करू शकते इतक्यात तुझा सुदान नगरीचं काम चालू झालं आणि मला माझा मार्ग मिळाला. मी खूप मेहनत करून डॉक्टर झाले आणि तुझ्या समोर यायच्या योग्यतेची झाले. अजूनही मी नाही का राहू शकत तुझ्याबरोबर. मला माफ कर आई पण माझी काय चूक मला तुम्हा दोघांबरोबर पण राहायचं आहे. हे खूप जास्त मागितलं का मी तुमच्याकडे? (दोघीही काही क्षण हुंदका आवरत स्तब्द उभ्या राहतात)

मुक्ता : शांत हो, मी तुला माफ करण्याचा प्रश्नच नाही. तुझी काही चुकी नाही. माझंच नशीब गुन्हेगार आहे त्याला कोणी काय करावं. जाऊदे मागचं सगळं. तू येऊ शकते माझ्याबरोबर राहायला त्यासाठी तुला इथे नोकरी करण्याची गरज नाही.

माया : नाही आई, मला जर इथे नोकरी लागली तरच मी येईन इथे रहायला. आणि मला तुझ्या कामात खंबीरपणे साथ द्यायची आहे त्यासाठीच तर आलीये

मी इथे. मला राहायचं आहे पण फक्त तुझी मुलगी म्हणून नाही तर एक डॉक्टर म्हणून नोकरीसाठीही.

मुक्ता : म्हणजे तू अजून मला माफ केलेलं नाहीस वाटतं. माया माझं आयुष्य संपत आल्यावर मी हे सगळं करते. तुझी तर आता सुरुवात आहे. इतक्यात ह्या समाजसेवेत अडकू नकोस. तुझी कारकीर्द बाहेर खूप छान होईल तिथे लक्ष दे.

माया : माझा निर्णय झालाय आई.

मुक्ता : एक नंबर हट्टी आहेस तू.

माया : नाही दोन नंबर (दोघीही हसू लागतात) आई, आत मुलाखत चालू आहेत. तू काही कोणाला बोलू नकोस, मला ओळख न दाखवता हि नोकरी मिळवायची आहे.

मुक्ता : बरं, मग मी आतच जात नाही, नाहीतर मला बसावं लागेल मुलाखत घ्यायला आणि माझं काम अजून अवघड होऊन बसेल. मी आहे माझ्या ऑफिस मध्ये. तुझं झालं कि ये मग भेटायला.

माया : हो आई.


    मुक्ता मायाला भेटून खूप आनंदी होते तिला तर विश्वासच बसत नव्हता कि माया इतकी मोठी आणि समजूतदार झाली ते. छोटया-मोठ्या गोष्टींसाठी भांडणारी आज इतकी ठाम आणि निस्वार्थी कशी झाली. मुक्ताला कुणाला सांगू आणि कुणाला नको असं झालं होत. पण मायामुळे मुक्ताला कोणाला सांगताही येत नव्हतं. मुक्ताने पळतच मंदिर गाठल. देवाला मनोभावे नमस्कार केला आणि येताना मिळेल ते पेठे, बर्फी घेऊन पुन्हा ऑफिसला आली. मुक्ताचं ऑफिसचं काम चालू होत पण तीच लक्ष्य मात्र दरवाज्याकडे लागून होत. आता येईल, मग

येईल मुक्ता अगदी कासावीस झाली होती मायाच्या भेटीसाठी. दोन – तीन तासाने माया विचारत विचारत मुक्ताच्या ऑफिसच्या जवळ आली. मायाला बघून मुक्ता तडकन उभी राहिली आणि म्हणाली.

मुक्ता : (ओरडून ) माया इथेच, इथेच आहे मी.

मायाला मुक्ताचा आवाज आला आणि ती आतमध्ये आली. तशी मुक्ता पळतच मायाकडे गेली आणि तिला कडकडून मिठी मारली.

आता दोघीनांही आपले अश्रू अडवता आले नाहीत. दोघींनींही आपल्या अश्रुना वाट करून दिली. थोड्या वेळाने मुक्ताने स्वतःला सांभाळलं आणि मायचेही अश्रू पुसले.

मुक्ता : नको रडूस, शांत हो. मला खूप आठवण यायची तुझी. पण नाही हिम्मत झाली माझी कधी तुला भेटायची. तू माझ्या पासून खूप दूर जाणारी वाट निवडली होतीस. तुझ्या भेटीसाठी एक तर मला वाट बदलावी लागली असती आणि मलाही. मला नाही जमलं ते. त्यामुळे तुही मला माफ कर.

माया : जाऊदे ग आई, मागचं नकोच आपण बोलायला. आता आले ना मी तुझ्या वाटेवर. मग सोड आता सगळं.

मुक्ताला मुलगी भेटली म्हणून खूप खुश होती पण तिला प्रेमविषयीही काळजी होती, आता जर माया इथे आली तर प्रेमच काय होईल, तो कसा आहे. त्याच्या विषयीही मुक्ताला कुतूहलता होती. पण मायाला विचारू कसं असाही प्रश्न तिला पडत होता.

मुक्ता : काय झालं तुझं मुलाखतीत, कुणाला संशय तर नाही आला ना?

माया : अंग झाला माझा दुसराही राउंड. तेच उलट मला विचारत होते आमच्या संस्थापक बाई तुमच्या नातेवाईक किंवा गाववाल्या आहेत का आडनाव एकच आहे म्हणून. त्यांना हे नाही कळलं कि आपलं मधलं नावही एक आहे. मी म्हटलं यांना नाही समजलं तर मग मी कशाला सांगू. मी नाही ओळखत म्हटलं त्यांना.

मुक्ता : इतकं नसेल ग लक्ष्य दिल त्यांनीही. किती जण आलेत बघितलं ना, त्यांचीही खूप धांदल आहे बघ. एका दिवसात सगळं उरकायचा म्हणजे. जेवणासाठी सुट्टी झाली का ?

माया : हो, मी जेवण करूनच आले म्हटलं परत कुणाला संशय यायला नको ना. आता शतपावली करते म्हटलं आणि आले तुला भेटायला. खूप लांबून आल्यात ग मुलीही.

मुक्ता : (टेबलाकडे बोट दाखवत) तोंड गोड कर. आणि मी कधी सांगायचं सगळ्यांना माझ्या लेकीबद्दल?

माया : माझ्या हातात लेटर आलं कि सांग.

मुक्ता : बाबा कसे आहेत ग? आणि तू जर इथे आलीस तर त्यांचं काय होईल?

माया : बाबा, मस्त आहेत, सुखी आहेत. आणि मी इथे आल्यावर ते निघतील परत भारत भ्रमणावर. मी खूप शिकले बाबांकडून. एकदम ग्रेट माणूस. तरी म्हटलं तु असं कुणालाही जोडीदार बनवणार नाहीस. तुम्ही दोघेही एकदम जबरदस्त आहात. इतर नवरा–बायको सारखे नाही तुम्ही. तुला माहित आहे का ? मी इतकी चिडली होती तुझ्यावर जेव्हा तू आमच्याबरोबर नव्हतीस. पण बाबांनी मला अगदी व्यवस्थित सगळं समजावलं आणि अंग ते इतके प्रेम करतात

ना ग तुझ्यावर काय सांगू. त्यांच्याबरोबर राहून आणि तुझे अभंग ऐकून मग माझापण राग निवळला आणि मीही अगदी तुझ्या प्रेमात पडले बघ

मुक्ता : काय हे, काहीहि बोलतेस. अंग तुझ्या जिभेला हाड. बाबांनी सांगितलं का आपल्या घराचं काय केलं ते?

माया : हो, सगळं कळलं मला, बाबांची काहीही चुकी नव्हती बघ. पण मी तुला आता काहीही सांगणार नाही, माझे शब्द कदाचित चुकू शकतील किंवा मला तुला समाजवता येणार नाही. पण मला बाबांनी तुमच्या खूप गोष्टी सांगितल्या. आई कसली भारी होतीस तू आधी. आयुष्यात बाबांसाठी आणि माझ्यासाठीही तू किती खस्ता खाल्यास ग मला तर तुझा खूप गर्व वाटतोय.

मुक्ता : काय ?

माया : तू बाबांबद्दल काहीही बोलायची नाहीस, पण बाबा तुझ्याशिवाय काहीच बोलत नाहीत.

मुक्ता : बाबा आता कुठे आहेत कामाला?

माया : बाबा कुठेच नोकरी करत नाहीत ते छोटे मोठे उद्योग करतात तेही तात्पुरते. तुला काय सांगू, त्यांना सगळं येतं. तुला विश्वास बसणार नाही आम्ही कधी वीजबिल भरलं नाही, जिथे जायचो तिथे बाबा सूर्यऊर्जेचे छोटे मोठे टूल्स बनवायचे त्याने मग विजेचं काम चालायचं. गॅस साठीही आम्ही घरच्याघरी कचऱ्यापासून गॅस करायचो त्यातून जेवण बनवायचो. बाबा एकदम जबरदस्त आहेत.

मुक्ता : जिथे जायचो म्हणजे?

माया : बाबा एका ठिकाणी जास्त दिवस राहू शकत नव्हते त्यामुळे.

मुक्ता : मग तुझं शिक्षण?

माया : मी नेहमी नसायचे कॉलेजला. पण मी अभ्यास नियमित करायचे.

मुक्ता : शी .. असलं घाणेरडं आयुष्य, आणि तुला ह्यातून शिकायला मिळालं?

माया : आई तुला म्हटलं ना बाबांची काही चुकी नव्हती, जेव्हा तुला कळेल तेव्हा तुही त्यांना माफ करशील बघ.

मुक्ता : (पोटतिडकीने) मला नाही वाटतं तस. जाऊदे तो विषय, (विषय बदलण्याच्या सुरात) तुला mass communication मध्ये जायचं होत ना मग अचानक डॉक्टरकी कशी केलीस?

माया : म्हटलं तू इतकं छान लोकसेवेचं काम हाती घेतलं आहेस, त्यात थोडा खारीचा वाटा आपणही घ्यावा.

मुक्ता : फीच कसं जमलं बाबांना मग?

माया : फीसाठी आशा मावशीची मदत झाली, अगदी बिना मागता ती सगळं काही बघायची आमचं. तिचे उपकारच झाले.

मुक्ता : हो मला बोलली होती ती, मायाची पूर्ण जबाबदारी माझी म्हणून.

माया : (फिरकी घेण्याच्या उद्देशाने) खर केलं बघ तिने तिचं बोलणं. अगदी दररोज तिचे फोन असायचे अगदी आईची जागा तिनेच घेतली होती. सगळं अगदी काळजीने विचारायची, जस कि कुणाला तरी सांगायचं आहे तिला. आणि दर महिना पैसे द्यायची, फी भरायची. कोण करत ग इतकं कुणासाठी.

मुक्ता : हो ना, ती खूप चांगली आहे. मलाही तिने खूप सांभाळलं. ती होती म्हणूनच मी पुन्हा उभी राहू शकली.

माया : मावशी आहेच खूप छान, त्याबद्दल दुमत नाही. (चौकशीच्या सुरात) तू द्यायचीस का आई तिला पैसे आम्हाला द्यायला?

मुक्ता : नाही ग, मला जर तुम्हाला मदत करायची असती तर मी तुमच्याबरोबरच नसती का आली.

माया : (जोराने हसत) अंग आई, मी कॉलेजची GS होते ग, कसं सांगू तुला. माझे सगळे friends ओळखतात तुला. जेव्हा-जेव्हा तू फी भरायला यायचीस तेव्हा मला तू कधी आली, गेली, कुठे, कुणाच्या नावाने, किती पैसे भरलेस सगळं कळायचं ग. कसा करणार ग मी तुझा राग सांग?

मुक्ता : (चुकी पकडली गेल्याने) अरेरे, चूकच झाली बघ माझी ती, मी दुसऱ्या कुणालातरी पाठवायला हवं होत. (किंचित थांबून ) पण मी काय घाबरते का तुम्हाला?, मला जितकी सावधगिरी बाळगता आली, मी बाळगली. मला तुझ्या शिक्षणात खंड पडू द्यायचा नव्हता. इतकाच माझा प्रामाणिक प्रयत्न होता. आता नाही जमल मला ते लपवून करायला, मी काय करू?

माया : (कौतुकाने, मुक्ताच्या जवळ येऊन तिला मिठी मारत) किती गोड आहेस ग तू आई, सांग कस लांब राहायचं तुझ्यापासून, फक्त हि डॉक्टरकीची पदवी मिळायला म्हणून इतकी वर्षे लागली बघ.

मुक्ता : मोठी झाली माझी मुलगी ती.

माया : आई मला जावं लागेल, तिसरा राऊंड चालू होईल.

मुक्ता : हो हो, चालेल परत लेटरच घेऊन ये दाखवायला. मी आहे इथेच.

मायाने तिसरा राऊंडही जिंकला आणि निवासी डॉक्टरांमध्ये निवड झालेल्या दहा डॉक्टरांमध्ये तिचाही नंबर लागला. मुक्ताने मोठ्या आनंदाने सगळ्यांना हि बातमी सांगितली. मुक्ताच्या आनंदाला पारच उरला नव्हता. दोन आठवड्याने निवासी डॉक्टर राहायला येणार होते. माया मुक्ताबरोबरच राहणार होती. इतक्या वर्षाने माय–लेकीची भेट झाली होती त्यामुळे मुक्ताला सगळं भरून पावलं होत. पण मायाच्या बोलण्याने मुक्ताही कुठे तरी भूतकाळात डोकावू लागली. तिला तिचे आणि प्रेमचे ते क्षण आठवू लागले जे कुठे तरी खोल ती ठेवून हरवून गेली होती.  तिच्या मनात इतका राग बसला होता प्रेमाविषयी कि ती विसरूनच गेली होती कि कोणे एके काळी प्रेमच तिचं सर्वस्व होता. प्रेम आणि मुक्ता शाळेपासून एकत्र होते पुढे महाविद्यालयीन शिक्षणही एकत्र झालं. ते दोघे एकमेकांचे खूप चांगले जिवलग झाले होते एकत्र जाणं–येणं, अभ्यास करणं. ते कधी एकमेकांच्या प्रेमात पडले त्यांनाही कळलं नाही. शिक्षण पूर्ण होत आलं तसं मुक्ताचे घरचे तिच्या लग्नाच्या मागे लागले. पण मुक्ताला प्रेमाशिवाय कुणाचाच विचार येत नव्हता. प्रेमचे बाबा अचानक गेल्यापासून तो पूर्णपणे बदलून गेला होता. तो एकदम तुटल्या तुटल्यासारखा राहू लागला होता. तेव्हा मुक्ताने त्याला लग्नाची मागणी घातली होती. प्रेम लग्नाला तयारच नव्हता पण मुक्तानेच पुढाकार घेऊन दोघांचं लग्न घडवून आणलं होत. मुक्ताला वाटलं होत प्रेमच्या जबाबदाऱ्या वाढल्यामुळे तो जरा काळजीत आहे आणि पुढे सगळं ठीक होईल. पण पुढे गोष्टी अधिकच बिघडत गेल्या. आणि मुक्ताला तिच्या कृतीचा पश्चाताप व्हायला लागला. आज मायामुळे का होईना मुक्ता पुन्हा भूतकाळात रमली.

दोन आठवडे उलटले आणि मायाचा सुदान नगरीत प्रवेशाचा दिवस आला. मुक्ता खूप आतुरतेने वाट बघत होती. मुक्ताने मायासाठी घर अगदी आधी होत तसं सजवून ठेवलं होत. जेणेकरून मायाला स्वतःच्याच जुन्या घरात आल्या सारखे वाटेल. सगळे निवासी डॉक्टर येत होते, त्यांचे नातेवाईकही निरोप द्यायला आले होते. मुक्ताची नजरही दरवाज्यात खिळली होती मायासाठी. थोड्या वेळाने माया आपलं सगळं सामान घेऊन आली, आणि तिच्याबरोबर प्रेमही आला होता तिला सोडायला. मुक्ता क्षणभर गोंधळली. तिला प्रेम अपेक्षित नव्हता. तिला वाटलं तो नाही आत येणार, पण तो आला.

कृश शरीरयष्टी, लांब अस्ताव्यस्त केस, वाढलेली दाढी, खोल डोळे, चुरगळलेला कसलासा शर्ट, तसलीच पॅन्ट. मुक्ताला त्याची किळस वाटली, त्याबरोबर तिला मायाचीही लाज वाटली अशा माणसाबरोबर इतके दिवस राहिली म्हणून. मुक्ताने प्रेमला बघितल आणि त्याच्याकडे पूर्णपणे दुर्लक्ष करून मायाशी बोलू लागली. गडी सामान नेण्यासाठी आला तसचं, प्रेमने मायाच सामान ठेवलं. आणि मायाला आणि मुक्ताला कौतुकाने बघू लागला. माया प्रेमकडे वळली त्याला तिने आदराने नमस्कार केला आणि मुक्ताशी सगळं बोलून घ्यायला आणि स्वत:ची काळजी घ्यायला सांगून डोळे पुसत सामानामागे निघून गेली. मुक्ता प्रेमकडे न बघताच आपल्या खुर्चीत येऊन बसली आणि आपल्या कामाला लागली. पण प्रेम काही जायचं नाव घेत नव्हता. तो तसाच मुक्ताच्या पुढे उभा राहून तिला बघू लागला. मुक्ताने हळूच वर बघितल तर प्रेम तिच्याकडे बघून स्मितहास्य करत होता. शेवटी तिला प्रेमबरोबर बोलावं लागलं.

मुक्ता : काय हवंय?

प्रेम : कशी आहेस मुक्ता?

मुक्ता : मी ठीक, तू कसा आहेस?

प्रेम : मी पण मस्त. खूप छान वाटलं तुला बघून. तू खूप मोठं आणि छान काम करतेस. मला तुझा खूप अभिमान वाटतो. तू कधीही हार मानत नाहीस. कितीही कारण असूदेत तुला निराशेच्या गर्तेत लोटणारी पण तू कायम सगळं चिरत तितक्याच खंबीरपणे उभी राहतेस.

मुक्ता : (तिरसटपणे) आपली कृपा, दुसरं काय?

प्रेम : इतकं वय झालं तरी तुझं तिरकस बोलणं सुटलं नाही. जाऊ दे मी आहेच तुझा गुन्हेगार त्यामुळे तू माझ्याशी प्रेमाने बोलाव अशी माझी अपेक्षाच चुकीची आहे.

मुक्ता : (मोठा श्वास सोडून) आता ह्या वयात राग धरून मी तरी काय करू. बस, चहा घेणार?

प्रेम : (खुर्चीत बसत) चालेल.

(मुक्ताने बेल वाजवून दोन चहा आणायला सांगीतला)

मुक्ता : तुमचा पुढचा ठिकाणा काय आता?

प्रेम : मलाच नाही माहित.

मुक्ता : कशाला असा भटकत राहतोस. एका ठिकाणी जम बसव कुठे तरी.

प्रेम : किती बरं झालं असतं, तू बोलतेस तसचं करता आलं असतं तर.

मुक्ता : म्हणजे तू स्वतःच्या मर्जीने नाहीस का फिरत असा रानोमाळ?

प्रेम : याचीच तर खंत आहे कि कोणी मला जाणलंच नाही.

मुक्ता : तुला जाणुन घ्यायला, तू कधी घटकाभर बसून प्रेमाने कधी बोललास का? वेळ होती तेव्हा, सगळं हातातून निसटून गेल्यावर काय फायदा गोड बोलून.

प्रेम : माझी चूक आहे, मला ती मान्यही आहे. पण माझ्यावर विश्वास ठेव, जितका तुम्हाला सगळ्याचा त्रास झाला, तितकाच किंवा त्यापेक्षा जास्तच मलाही त्रास झाला.  तू मला शाळेत असल्यापासून ओळखतेस ना? तरीही माझ्यावर अविश्वास दाखवावास? मी कधी तरी असं फसवं वागलो का? मलाही खूप वाईट वाटत, कि माझ्यामुळे तुझीही खूप फरपट झाली. सगळी स्वप्न धुळीला मिळाली.

मुक्ता : नुसती फरपट नाहीरे, आयुष्यातून उठवलंस तू मला, फक्त जीव द्यायचाच मार्ग ठेवला होतास शिल्लक. मी स्वप्न बघायचीच सोडली. किती निष्पाप मनाची होते मी तेव्हा. पूर्णपणे बदलवलं मला परिस्थितीने. विश्वास हा शब्दही हरवलाय आयुष्यातला माझ्या. पण जाऊदे जे झालं ते सगळं मी विसरली आहे. त्यामुळे आता मला कोणाबद्दलही काही किंतु परंतु नाही आहे.

प्रेम : हा तुझा मोठेपणा. पण तरीही मला वाटतं एकदातरी तुला सगळं सांगावं. ज्याने माझ्या मनावरचं ओझं कमी होईल. काय माहित परत भेटू कि नाही.

मुक्ता : तुझी इच्छा असेल तर बोल, पण माझ्याकडून समजून घ्यायची अपेक्षा ठेवू नकोस. आणि आता मला संध्याकाळच्या फेरीसाठी जायचं आहे, त्यामुळे तुला जे सांगायचं आहे ते लवकरात लवकर सांग.

प्रेम : खूप झाला इतका वेळ माझ्यासाठी. आणि मला बोलायची संधी दिली त्याबद्दल धन्यवाद. तुला माहित आहे ना, माझे बाबा मोठे उद्योजक होते, कशाचीही कमी नव्हती मला आणि आईला. पण बाबांचा तेवढा सहवास आम्हाला कधी मिळत होता, त्यामुळे माझ्या मनावर चांगलंच बिंबल होत कि, आपण काही उद्योजक व्हायचं नाही कारण त्याने मग मला माझ्या परिवाराला वेळ देता येणार नाही. पण देवाच्या मनात काही वेगळंच होत.

मुक्ता : हो आठवतं ना मला,  त्यासाठीच मग तू स्पर्धा परीक्षांची तयारी करत होतास, पण मग बाबांच्या जाण्याने तू एकदमच सैरभैर होऊन गेलास

प्रेम :  सैरभैर नाही, माझ्या पायाखालची जमीनच सरकली होती तेव्हा. गोष्टी इतक्या घाईत घडल्या कि मलाही कळत नव्हतं काय चाललंय माझ्या आयुष्यात ते. सधन कुटुंब, सुसंस्कृत परिवार, एखाद्या परीसारखी सखी, अभ्यासात हुशार काय नव्हतं माझ्याकडे. पण बाबा अचानक गेले आणि सगळी गणितं चुकायला सुरुवात झाली. बाबा गेले आणि काही दिवसातच व्यापार ठप्प झाला, मला त्यांच्या उद्योगातलं काहीच माहित नव्हतं त्यामुळे ते सारं सावरून घ्यायचा प्रश्नच नव्हता. बाबानी खूप मेहनत करून उभं केलं होत सगळं, पण त्यांच्या मागे सगळं काही असं संपून जाईल याचा तर त्यांनीही विचार नसेल केला. घरी देणेकरी येऊ लागले. लोकांचे पगार थांबले. इतक्यात तुही लग्नासाठी जोर करू लागलीस. माझं स्वतःच भविष्य अंधारात होत, कसं या अंधारात मी तुला घेऊन येणार होतो. तुला मी खूप समजवण्याचा प्रयत्न केला पण तू ऐकायलाच तयार नव्हतीस. तुला कसं समजवू तेच मला कळत नव्हतं. आपलं लग्न झालं.पण माझ्या समस्या वाढतच होत्या देणेकरी आता हमरीतुमरीपर्यंत आले होते. मी तुला नवरा म्हणून सुख देऊ शकत नव्हतो. साधे प्रेमाचे चार शब्द बोलायला मला जमत नव्हतं. त्यात माझ्याकडून अजून एक मोठी चूक झाली आणि

आपल्याला माया राहिली. माया होत पर्यंत तर घरातल्या सगळ्या गोष्टीही आपण विकून संपवल्या होत्या. आपल्याला विष घ्यायलाही पैसे राहिले नव्हते. त्यात बरं केलस जे मायाला घेऊन निघून गेलीस. घरातली जेवणाची दोन माणसं कमी झाली. मी आईला नेवून गावी ठेवलं आणि मग मी भटकत राहिलो इथून तिथे– तिथून इथे सगळ्यांपासून लपत छपत. काही वर्षांनी आईही गेली. मग मला कोणता बांधच राहिला नाही, जिथे वाट मिळेल तिथे मी वाहवत जाऊ लागलो. शिक्षण पूर्ण नव्हतं त्यामुळे कुठे चांगली नोकरी करू शकत नव्हतो. आणि माझी खरी ओळखही कुणाला सांगू शकत नव्हतो. काय करणार. आतून कधीच मेलो होतो पण तरीही हे शरीर घेऊन फिरत राहिलो निरंतर.

खूप नंतर ह्या सगळ्याचं कारण मला असं कळलं कि, बाबांना व्यापारात एक पार्टनर मिळाला होता धनाजी वाकडे तो पांढरपेशा डाकू होता. तो व्यापारात पैसे गुंतवणूक करत होता पण मग जबरदस्तीने ठरलेल्या टक्केवारीपेक्षा जास्त मोबदला घ्यायचा. त्यामुळे झालं काय कि तोटा वाढू लागला आणि तोच गुंड पाठवून, पैसे मागायला लावायचा. बाबाही त्याच धक्क्याने गेले आणि माझ्या संसाराचीही अशी नासधूस झाली. मला स्वतःला हे सार कळायला खूप उशीर झाला तेव्हा तुला तरी मी कसं सांगणार होतो.  मी दर वर्षी २–३ महिने इथे यायचो. तुम्हाला बघायचो, त्या दिवसांमध्ये तुमच्याबरोबर राहिल्याचं सुख मला मिळायचं. फक्त एकाच गोष्टीची मला खंत वाटायची, जर माया नसती तर कोणीही हसत हसत तुझ्याबरोबर लग्न केलं असत. अशी तुझ्या आयुष्याची फरपट नसती झाली. माया मोठी झाली आणि मलाही देणेकरी बऱ्यापैकी विसरून गेले म्हणून मग मी इथेच तुमच्या आसपास राहण्याचा निर्णय घेतला. योग्य वेळ बघून पुन्हा एकत्र होऊयात असा विचारही केला पण माझी हिम्मतच होईना. इतक्यात तुझा तो दवाखान्याचा किस्सा झाला आणि मला समोर यावंच

लागलं. मीपण पुन्हा आपण सगळे एकत्र होऊ असा विचार करून सुखावून गेलो. पण ते गुंड परत आले आणि त्यांनी तुझा बंगला खाल्ला. मी हतबल होऊन बघत बसलो. काय करणार होतो मी. ते लोक खूप मोठे आहेत. पण मला इतकं कळलं कि माझ्यामुळे विनाकारण तुम्हाला त्रास होणार म्हणून मला कायम तुमच्यापासून लांबच राहावं लागेल. आणि म्हणून मग मी तोच प्रयत्न केला. अनपेक्षितपणे माझ्याकडे माया आली. माझी पुन्हा एकदा कोंडी झाली. तिला समजावूनही ती ऐकत नव्हती. म्हणून मग इथेच आसपास तिला घेऊन लपत छपत इतकी वर्षे काढली. तरी नशीब तू तिच्या शिक्षणाचं बघितलस नाहीतर पुन्हा मुलीचंहि मोठं नुकसान झालं असत बघ.

मुक्ता : इतकं सगळं झालं, पण तुला कधीही मला सांगावसं वाटलं नाही का?

प्रेम : काय सांगणार, कसं सांगणार. मी पूर्णपणे गुरफटून गेलो होतो बघ ह्या सगळ्यात.

मुक्ता : तू पोलिसात का नाही गेलास ?

प्रेम : अग मुक्का तो गुंड, आपल्या माणसांबरोबर पोलिसांनाही पाठवायचा घरी पैसे मागायला. कसा कोणावर विश्वास ठेवणार. आणि ह्या सगळ्याला जेव्हा सुरुवात झाली तेव्हा माझंही वय कोवळंच होत ग, तुज्यासारखं. मला तरी कुठे दुनियादारी माहित होती. मी पण खूप घाबरून गेलो होतो. आणि मार्गदर्शन करायलाही कोणी नव्हतं.

मुक्ता : नाव काय बोललास त्या माणसाचं?

प्रेम : धनाजी वाकडे.

मुक्ता : हे नाव जरा ओळखीचं वाटतंय. ह्याला जर पूर्णविराम लावला तर? तुझा त्रास संपेल का?

प्रेम : नाही, त्याची काम आता त्याची मूलं करतायेत. किती जणांवर पूर्णविराम लावणार. आणि आपलं ते क्षेत्र नव्हे.

मुक्ता : तू मला का नाही सांगितलंस. मी तुला इतकं चुकीचं नसत समजलं इतके दिवस. माझीही चूकच झाली तुला समजून घेण्यात.

प्रेम : काही चूक नाही ग, तू तुझ्या ठिकाणी बरोबरच आहेस. उलट तुझ्यामुळे आपली मुलगी आणि तू मानाने जगू शकलात या जगात, जे माझ्याबरोबर शक्य नसत झालं कदाचित.

मुक्ता : प्रेम जे झालं ते झालं. आता आम्हाला नको सोडून जाऊस. रहा आमच्याबरोबर.

प्रेम : मुक्ता, हे सगळं मी तुमच्याबरोबर राहता यावं म्हणून नाही सांगितलं. तर माझी काही चूक नव्हती फक्त हे सांगण्यासाठी सांगितलं. आणि तुमच्याबरोबर राहायला मलाही खूप आवडलं असत पण मला नाही माहित त्याने तुमचं अजून किती नुकसान होईल ते. तुझं घर गेलं तेव्हा तर मला कुठेतरी जाऊन जीवच देऊन टाकावा असं वाटलं होत. पण माया आली, आणि मला जगायची नवी उमेद मिळाली. मी खूप स्वप्न सजवली होती आपल्या संसाराची पण माझ्यामुळे तुम्हाला पुन्हा इतका मोठा धक्का मिळाला होता. खरंच मला माफ कर त्याबद्दल. कदाचित आपण एकत्र यावं हि देवाचीच इच्छा नसेल.

मुक्ता : कुठे जात आहेस मग आता?

प्रेम : काशीला, तिथेच एखाद्या धर्मशाळेत पडून राहीन, नाहीतर कुठे तरी छोटी मोठी नोकरी करेन, आस–पास तिथेच.

मुक्ता : माया खूप प्रशंसा करत असते तुझी, काय जादू केलीस तिच्यावर.

प्रेम : काय जादू करणार, फक्त ती तुझ्यासारखी निखळ मनाची आहे त्यामुळे प्रेम करते आपल्या बाबावर, बाकी काही नाही. तिचेही खूप हाल झाले माझ्यामुळे. तू इतक्या लाडात वाढवलीस तिला आणि माझ्याकडे आल्यावर तिला खूप सहन करावं लागलं. पण आहे त्या अवघड परिस्तिथीला ती सामोरी गेली, हार नाही मानली तिनेही. तुझीच मुलगी आहे ना शेवटी. इतक्या अवघड परिस्थितीतही डॉक्टर होऊन दाखवलं तिने.

(इतक्यात चहा आला, दोघांनीही चहा घेतला)

प्रेम : मला जे बोलायचं होत, ते झालंय. आता मी परवानगी घेतो.

मुक्ता : कितीची आहे ट्रेन?

प्रेम : ट्रेन उद्याची आहे. पण मला अजून आवरा आवर करायची आहे.

मुक्ता : आपण आपला नेहमीचा वडा–पाव खायला जाऊया का, शाळेशेजारी?

प्रेम : नको. कोणी बघितलं आपल्याला एकत्र. आणि कोणी ओळखलं तर तुला परत त्रास होईल. मला नको ते सगळं. काही सहन करायची ताकद नाही आता माझ्यात. मला माफ कर, आणि कृपा करून माझ्याबद्दल राग धरू नको.

मुक्ता : राग...., तुला कधी राग आला का माझा, आपल्या इतक्या वर्षाच्या संसारात?

प्रेम : आला ना खूप आला. जेव्हा तू मला सोडून आलीस ना, मायाला घेऊन तेव्हा. मीही तुझ्या मागे तुझ्या बाबांच्या घरी आलो होतो केरोसीनची ची मोठी कॅन घेऊन. म्हटलं तुला, मायाला जाळून टाकेन नंतर मग स्वतःही जाळून घेणार होतो.

मुक्ता : काय ?

प्रेम : तसंही जगणं कठीणच झालं होत, मरण सोपं वाटलं होत मला तेव्हा. म्हटलं सगळ्यांनी मरुनच जाऊयात. म्हणजे वेगळं राहावं लागणार नाही. माझी बायको मला सोडून गेली हे मी सहनच करू शकत नव्हतो. मीही जेमतेम पंचविशीतलाच होतो ना. काय माझी तरी अक्कल असणार होती तेव्हा.

मुक्ता : मग, काय झालं?

प्रेम : मी खिडकीतून आत घरात आलो. आणि बघितलं तर तू मायाला जवळ घेऊन बसली होती आणि माझा फोटो छातीला लावून खूप रडत होतीस. ते सगळं बघून मला इतकं वाईट वाटलं ना कि, माझी बायको माझ्यावर इतकं प्रेम करते तरी तिला माझ्यापासून पळून यावं लागलं तेही माझ्याच मुलीसाठी. ह्यापेक्षा दुर्दैव अजून काय असत. मला स्वतःची खूप लाज वाटली त्यादिवशी, आणि मग मी ठरवलं तुझ्या वाटेत चुकूनही पुन्हा यायचं नाही. तू माझ्यावर इतकं प्रेम करत असून सुद्धा जर तू मुलीसाठी इतका त्याग करत होतीस, तर मग मी इतकं तर करूच शकत होतो. (चालत खिडकीकडे जाऊन पाठमोरा होऊन बाहेर बघत बोलू लागला) खूप कठीण होत माझ्यासाठी ते सगळं. खूप आठवण यायची तुझी, माया बरोबर तर मला जास्त राहताच आलं नव्हतं पण तुझ्यात माझा जीव अडकला होता. वाटायचं सगळं सोडून पळत यावं तुझ्याकडे किंवा

तुला कुठेतरी पळवून घेऊन जावं आणि सुखात राहावं. पण मला तसं काही करताच आलं नाही. नंतर तर तुझ्या घरातले तुझ्यासाठी दुसरा मुलगा बघायला लागले. मला मनाला इतकं लागलं ते काय सांगू? वाटायचं माझी मुक्ता, अशी कशी कुणाची होऊ शकते ती तर फक्त माझी आहे. पण तू नाही केलंस कोणाशी लग्न का ग ?

मुक्ता : हो, घरातले खूप त्रास द्यायचे मला दुसऱ्या लग्नासाठी त्यासाठी तर मग पुढे मी वेगळं घर करून राहू लागले. मला खरंच गरज होती कोणाची तरी सुरुवातीला, मला खूप भीती वाटायची कि कशी मी एकटी बाई, ह्या समाजात एका लहान मुलीला घेऊन राहीन. पण हळू हळू सगळं ठीक झालं, देवानेच मला इतकं कणखर केलं कि नेलं सगळं तारून एकटीनेच. आणि लग्नाचं मी भेटले एक–दोघांना पण त्यांच्यात मी तुलाच शोधत राहायचे. त्यामुळे मला वाटलं कि मी दुसऱ्या लग्नाला न्याय देऊ शकणार नाही. आणि म्हणावी तशी चांगली मुलंही मिळाली नाहीत. इथे स्वतःच्या मुलांची जबाबदारी लोक घेत नाहीत, तिथे माझ्या मुलीची जबाबदारी मी कशी दुसऱ्या कुणावर टाकू शकत होते. म्हणून मग सोडला तो विषयच. किती निष्ठुर झाला देव आपल्या बरोबर? का हे सगळं घडलं आणि तेही आपल्याच बाबतीत.

प्रेम : नको असा विचार करुस, त्याने तुझा आज खराब होईल. आपल्याला प्रत्येक गोष्टीची उत्तर मिळतात. पण योग्य वेळ येईपर्यंत आपल्यालाहि थांबावं लागणार. काय माहित ह्याचा कुठेतरी भविष्यात आपल्याला फायदा होणार असेल

मुक्ता : आता राहिलंच कुठे भविष्य आणि आयुष्य, परिवार बरबाद होऊन काय भलं होणार?

प्रेम : नको जास्त विचार करुस, तुझं जसं चालू होत तसंच चालू राहूदे. मला फक्त एकदा तुला सगळं सांगायचं होत, ते मी'सांगितलं. निघू मी आता. मला उद्याची तयारी करायची आहे.

मुक्ता : हो चालेल, पण परत कधी भेटशील?

प्रेम : नाही भेटणार पुन्हा, तू नको माझी वाट बघू.

मुक्ता : बघितलंस, तू तेव्हाही असाच होतास आणि अजूनही तू नाही बदललास. काय तू स्वतः ची बाजू मांडतोस. ना तुला तेव्हा मी समजले होते नाही आता.

प्रेम : मी निघतो मुक्ता, मला उशीर होतोय. आणि आज मला अडवू नकोस, नाहीतर पुन्हा मी कधीच निघू शकणार नाही.

असं बोलून प्रेम निघून गेला, त्याने मागेही वळून बघितलं नाही.

##### *****

मुक्ताला प्रेमचा पुन्हा खूप राग आला, हा माणूस आपल्या आयुष्यातून जातही नाही आणि पुन्हा येतही नाही. मुक्ताची खूप चीड–चीड व्हायला लागली. माया पूर्ण वेळ सुदाननगरीमध्ये सगळ्याची सुश्रुषा करण्यात आनंदाने वेळ घालवू लागली. आपल्या कामाबरोबर माया मुक्ताचीही नगरीमधील काम सांभाळू लागली. मुक्ताला मात्र निरस निर्माण होऊ लागला, तीच तिच्या ऑफिस च्या कामात, नगरीच्या कामात कुठेच मन लागत नव्हतं. दोन–तीन आठवडे ती फेरफटका मारायलाही घराबाहेर पडली नव्हती. यामुळे तिला जीव लावणाऱ्या लोकांना मात्र तिची काळजी वाटू लागली. गोखले काकांना वरच्या वर

मुक्ताबद्दल गोष्टी कानावर येऊ लागल्या. त्यांचीही भेट होत नव्हती. गोखले काकांना काहीही कळेना. अचानक त्यांच्या मुक्ताला काय झालं ते त्यांना समजेना. आधी त्यांना वाटलं कि कामात काही समस्या असतील म्हणून त्यांनी दुर्लक्ष केलं पण नंतर आशा कडून काकांना कळलं कि मुक्ताच कामातही लक्ष्य नाहीये. तेव्हा मग गोखले काकांनी काकूला मध्यस्थी करून मुक्ताची चौकशी करण्याचा निर्णय घेतला. त्याप्रमाणे त्यांनी काकूना सूचना केल्या आणि मुक्ताकडे भेटायला पाठवले.

ठरल्याप्रमाणे गोखले काकू मुक्ताला भेटल्या, दोघींनी इकडच्या तिकडच्या गप्पा केल्या आणि नंतर काकूंनी स्पष्टपणे विषयाला हात घातला. तेव्हा त्यांना कळलं कि ह्या सगळ्याच मूळ प्रेम आहे त्याच्यामुळे मुक्ता अशी बैचेन आहे. मुक्ताने तीचं आणि प्रेमच सगळं बोलणं काकूपुढे मांडलं. सगळं काकूंना सांगितल्यामुळे, मुक्तालाही खूप बरं वाटलं. इतके दिवस मुक्ता मनावर खूप मोठं ओझं घेऊन फिरत होती. त्यामुळे मुक्ता एकाकी झाली होती. मुक्ता सगळा निर्णय काकूंवर टाकून मोकळी झाली, आता मी काय करू ते तुम्ही सांगा पण मला ह्या पेचातून सोडवा. काकूंनी थोडा विचार केला आणि मुक्ताला म्हणाल्या कि, " हे बरोबर आहे, कि प्रत्येकाला वाटत कि आपण सगळं आपल्या माणसाला सांगावं. पण तरीही तू देखील फक्त तो बोलला म्हणून एखादी गोष्ट खरी समजू नको. जे काही तो बोलला त्यातली सत्यताही पडताळून घे. मग आपण बघू काय करायचं ते. " त्यावर मुक्ताच्या जीवात जीव आला. आणि ती त्या गोष्टीच्या मागे पडली. तिला मनोमन वाटत होत कि प्रेम जे काही बोललाय ते खोटं असुदे. म्हणजे मग तिला, तीच मन खाणार नाही. मुक्ताने आपले सगळे स्रोत कामाला लावले. तिला लगेचच सगळं खरं खोटं झालं. आणि तिला कळलं कि प्रेमचा शब्द नि शब्द खरा होता. तिला खूप खजील झालं. ती स्वतः ला अपराधी समजू लागली. तिला वाटलं तिच्यामुळे त्यांचा

संसार तुटला आणि मुलीला वडिलांचं प्रेम मिळालं नाही. तिने थोडं समजून घ्यायला हवं होत. पण आता विचार करून काहीच फायदा नव्हता आधी प्रमाणेच आतादेखील प्रेम त्यांना सोडून निघून गेला होता. मुक्ताला लाख वाटत होत कि पुन्हा परिवार एकत्र करावा, पण त्यासाठी प्रेमचा काही पत्ताच नव्हता. त्याने संपर्क पूर्णपणे तोडला होता. मायाला सोडून गेल्यावर त्याने मायालाही काहीच संपर्क केला नाही. त्याने म्हणे सांगितलं होत मायाला कि कधीतरी भेटायलाच येईन, त्यामुळे फोनची वाट बघू नकोस. पण बघता बघता २–३ वर्षे निघून गेली प्रेमचा फोन नाही कि भेट नाही. माया, मुक्ता दोघीहीही त्याची वाट बघत होत्या पण त्याला काहीच कुणाची पर्वा नव्हती. सगळं काही तो कधीच उधळून गेला होता. मायालाही वडिलांच्या वागण्याचा खूप राग येत होता. पण कुणाला सांगणार. तीच तर मुक्ताकडे नेहमी बाबाची वकिली करत होती. आता त्याच्या ह्या वागण्याचं स्पष्टीकरण काय देणार होती ती तरी.  मुक्ता प्रेमची वाट बघत एक एक दिवस काढू लागली, पण वरवर तीही दाखवत होती कि तिला त्याची काहीच पर्वा नाही. नाहीतर तिला मायाला सांभाळणं पुन्हा कठीण पडलं असत. इतकी वर्षे प्रेमवरील रागाच्या जोरावर हिमतीने मुक्ता आयुष्याबरोबर झगडली होती, पण आता तिला ते शक्य नव्हतं. ती स्वतः ला अपराधी समजून खंगत चालली होती.  पण वाट बघण्याखेरीज काहीच उपाय नव्हता.

(पल्ली राजा दोन यांची तरुणपणाची गोष्ट)

युवराज पल्ली आता युवक झाले होते. त्यांच्या लग्नासाठी अनेक राजकन्यांची स्थळ सांगून येत होती. पण युवराज त्या विषयाला जाणून बुजून टाळत होते असं राजा रामेश्वर यांच्या लक्षात आले, तस त्यांनी युवराज यांना प्रत्यक्षच याबाबत विचारणा करावी असा विचार करून आपल्या कक्षेत भेटायला बोलावलं

युवराज पल्ली : महाराजांचा विजय असो! आपण बोलावलंत बाबा?

राजा रामेश्वर : हो युवराज, आम्हाला आपल्याबरोबर लग्नाच्या विषयाबाबत बोलायचं आहे, आम्हाला हा विषय जास्त टाळता येणार नाही. इतर राजांना आम्ही काय उत्तर द्यावे. एकही राजकुमारी आपल्याला आवडू नये, याचा काय अर्थ समजावा आम्ही. कृपया आपल्या मनातला संपल्क सांगून मोकळे व्हावे आपण.

युवराज पल्ली : बाबा, आम्हाला लग्न करायचं आहे. पण आम्हाला आवडणाऱ्या कन्येसोबतच.

राजा रामेश्वर : आपण तिचे नाव सांगावे. जर ती आपल्या प्रतिष्ठेला शोभणारी असेल तर आम्हाला काहीच हरकत नाही.

युवराज पल्ली : बाबा, तीच नाव वीणा आहे.

राजा रामेश्वर : युवराज, ती राजवाड्यातील दासीपुत्री आहे. आपली खूप मानहानी होईल. जर आपण असं काही केलं तर. आपण तिच्यासोबत राजवाड्यात विनासंकोच राहू शकता. पण लग्नासाठी एखादी आपल्या तोलामोलाच्या राज्याची राजकन्योच आपणास बघावी लागेल.

युवराज पल्ली : नाही बाबा, आम्हाला आमच्या पत्नीचा मान हा वीणालाच द्यायचा आहे. अन्यथा आम्ही लग्नासाठी तयार नाही.

राजा रामेश्वर : आपल्याला कोणताही निर्णय घेण्यापूर्वी हे विसरता कामा नये कि, आपण भावी राजा आहात सुदान नगरीचे. त्या मुलीसोबत लग्नाची मी आपल्याला परवानगी देऊ शकत नाही. आणि जर तुम्ही लग्न ना करण्याचा निर्णय घेतला तर आपल्या राजगादीवर बसण्यासाठी आपल्या नंतर कोणीच राहणार नाही. राज्यात हाहाकार होईल. आणि ह्या सगळ्याला केवळ तुम्हीच जबाबदार असाल.

युवराज पल्ली : आमच्याकडून कोणत्याही परिस्थितीत एक तरी वचन हे मोडलेच जाणार आहे, एक तर वीणाला दिलेले प्रेमाचे वचन. नाहीतर युवराज म्हणून राज्याला दिलेले वचन.

राजा रामेश्वर : युवराज, कोणालाही काहीही वचन देण्याअगोदर आपण हे विसरायला नको हवे होते कि, आपण एका समृद्ध राज्याचे युवराज आहात. आपण केवळ साधारण व्यक्ती नाही आहात. कोणत्याही बंधनात अडकण्यासाठी.

युवराज पल्ली : पण आम्ही हे वचन दिले, आता आमच्यासाठी काय आज्ञा असेल ते सांगा. आम्ही ते मान्य करू.

राजा रामेश्वर : आपण वीणा ह्या कन्येचा त्याग करावा. आणि आम्ही जी मान्य करू त्या राजकुमारीसोबत लग्नाला संमती दर्शवावी.

युवराज पल्ली : त्याग म्हणजे?

राजा रामेश्वर : आम्ही तिला अज्ञात स्थळी गुप्तरितीने ठेवू, ती सुखी समाधानी असेल याची पूर्ण काळजी घेऊ. पण आपल्याला तिची काहीच माहिती देता येणार नाही. कारण त्याने राज्यकारभारात आपल्याला व्यत्यय येऊ शकतो. नाहीतर तिला तुमच्यासोबत राजवाड्यात ठेवता येईल, पण तुम्हाला तिच्यासोबत लग्न करायची परवानगी राहणार नाही.

युवराज पल्ली : विचार करून, आम्हाला तिला सुखात राहताना बघायचं आहे. राजवाड्यात जरी ती आमच्या बरोबर राहिली तरी तिला तिचा मान गमवावा लागेल. असे घाणेरडे आणि अगतिक आयुष्य आम्ही वीणासाठी इच्छित नाही. त्यापेक्षा ती आमच्यापासून लांब राहिलेली चालेल. पण आम्हाला तिच्या सुखाची आणि सुरक्षिततेची पूर्ण ग्वाही हवी.

राजा रामेश्वर : आपल्या या थोर त्यागासाठी सुदान नगरी आपली कायम ऋणी राहील, आणि वीणाची काळजी करू नका. तिची जबाबदारी आम्ही वैयक्तिकरित्या खास अधिकाऱ्यांना करायला सांगू.

युवराज पल्ली वडिलांना दिलेल्या वचनामुळे वीणाचा त्याग करतात आणि राजांच्या संमतीने एका बलाढ्य राज्याच्या राजकुमारीसोबत लग्न करतात. इथे राजा रामेश्वर आपल्या खास अधिकाऱ्यांना वीणाला सुरक्षित स्थळी हलवायला सांगतात. आणि तिथे ती आपलं आयुष्य आरामदायी पद्धतीने जगू शकेल इतकी संपत्ती आणि तिच्या सुखाची पूर्णपणे काळजी घ्यायला सांगतात. पण ते अधिकारी हे संपत्तीच्या लालसेमुळे वाटेतच वीणाचा दुर्दैवी अंत करतात. आणि त्यावेळी ते तिला सांगतात कि राजा आणि युवराज यांच्या आदेशावरून

आम्हाला तुला मारावं लागत आहे. या सर्व गोष्टीमुळे वीणा खूप दुःखी होते. आणि ती युवराजला "तुझा प्रत्येक जन्म हा खऱ्या प्रेमावाचून जाऊदे. जशी आज मी माझ्या प्रेमापासून दुरावली आहे, तसाच तुही तुझ्या प्रेमाशिवाय तडफडत मरशील" असा तळतळाट लावते. तिला संपवून अधिकारी सारी संपत्ती आपापसात वाटून घेतात. आणि राजा रामेश्वरला वीणाच्या सुखरूप असण्याची खोटी माहिती देत राहतात.

काही वर्षांनी लग्नासाठी मायाला चांगलं स्थळ आलं, मुलगाही मायासारखा डॉक्टर होता, त्याची प्रॅक्टिस चालू होती. त्याला माया आणि मायलाही तो आवडला. आता त्याला आणि त्याच्या घरच्यांना प्रेमबद्दल काय सांगणार असा प्रश्न निर्माण झाला. मुक्ताने मुलाच्या घरच्यांना प्रेम आम्हाला सोडून गेला असल्याचं सांगितलं, त्यामुळे लग्नालाही तो येईल याची शाश्वती नाही असं स्पष्ट सांगून टाकलं. पण मायाला हि गोष्ट अजिबात आवडली नाही. तिला वाटत होत तिचा बाबा तिच्या लग्नाला तरी येईल. कारण इतके दिवस तिचाही काहीच संपर्क झाला नव्हता त्याच्याबरोबर. तिला तर विश्वासच बसत नव्हता एकत्र असताना इतकी काळजी करणारा तिचा बाबा इतका कसा काय बदलू शकतो. तिला तिच्या आईची कीवच येऊ लागली होती. कसा तिने इतके दिवस अशा माणसाबरोबर संसार केला याच मायादेखील आता कौतुक वाटू लागलं होत. लग्नाची तयारी सुरु झाली. लग्न २-३ महिन्यावर येऊन ठेपल. अशातच प्रेमचा मायाला फोन आला. त्याचा फोन येऊन गेल्यावर माया खूप रडू

लागली. मुक्ताला सगळा प्रकार समजला ती राऊंड वरून तडक मायाला भेटायला तिच्या ऑफिस मध्ये गेली.

मुक्ता : माया, काय ग आज राऊंडला गेली नाहीस काय झालं ?

माया : आई, जरा बरं वाटत नाहीये, मी दुसऱ्या डॉक्टरला तशी विनंती केली आहे, जाऊन यायला.

मुक्ता : बाकी, काय बोलतायेत जावईबापू, सगळं ठीक?

माया : हो हो, सगळं मस्त.

मुक्ता : काय झालं आईशीही खोट बोलणार का आता ?

माया : (मुक्ताचे शब्द ऐकून मायाचा बांधच फुटला, ती रडू लागली) आई खरंच खूपच जास्त अपेक्षा आहे का ग माझी. माझ्या लग्नाला बाबांनी याव हे वाटणं?

मुक्ता : (मायाला सांभाळत, आणि स्वतःवर काबा ठेवत) नको रडूस बेटा, मी काय बोलू आता, मी तुझ्या बाबाला शाळेत असल्यापासून ओळखते. मला माहित आहे, तो येईल ग, पण आपल्याला नाही भेटणार.

माया : ते असं का करतात ग, मला त्यांनी सगळी कारण सांगितली आहेत. पण लग्नाला तरी याव ना त्यांनी. मी म्हटलं बाबांना या लग्नाला, तर बोलले मला शक्य होणार नाही. आणि मुलाला सांग कि बाबा माझा मेलाय म्हणून. इतकं मोठं काय ग पाप केलं, कि कायम असं चोरूनच जगायचं त्यांनी. जे झालं त्यात त्याची आणि आपलीही काय बरं चूक. आपण कधीच नाही का राहू शकत परिवार म्हणून?

मुक्ता : आपण घाबरतो म्हणून ग बाकी काही नाही, काही केलं नाही त्याने किंवा आपणहि. जर आपण ह्या समाजाचीच भीड टाकून दिली तर आपण का नाही राहू शकत एकत्र. तू त्याला तारीख सांगितली आहेस ना ?

माया : हो.

मुक्ता : येईल तो नक्की, नको काळजी करुस. आणि तो एकदा आला कि मग मी त्याला बघते कसं थांबवायचं ते.

मुक्ताची विचारचक्रे फिरू लागली, काय करावं ज्याने प्रेमला पुन्हा संसारात आणता येईल, याचा ती विचार करू लागली......... आणि तिला मार्ग सापडला. तिची कामे आता वाढली होती. मायाच्या लग्नाबरोबरच तिला आता प्रेमला परत आणण्याचं व्रतही पूर्ण करायचं होत. या कामात तिला गोखले काका – काकू मदत करणार होते. बघता बघता मायाच लग्न आठवड्यावर आलं. मुक्ताची सुट्टी काही अजून चालू झाली नव्हती. उलट मुक्ता सध्या जरा जास्तच काम करत होती. मायालाही जरा अनपेक्षितच होत ते. तिला तर वाटत होत माझी कुणाला काळजीच नाही. बाबा नाही आणि आईही नसल्यातच जमा होती, कारण मुलीचं लग्न म्हणून काहीच कौतुक म्हणून कुणालाच नव्हतं. मायाचा निरस होत होता.

मायाची मेहंदी चालू होती इतक्यात मुक्ता आली,

मुक्ता : अरेवा, किती सुंदर मेहंदी काढलीये.

माया : (निराशेच्या सुरात) कोण आहे ती मेहंदी बघायला माझी, उगाचच काढायची पध्दूत आहे म्हणून, बाकी काय अर्थ आहे तिला.

मुक्ता : अंग बाई, तुमची मेहंदी बघायला आता विशेष माणूस आहे कि, दुसऱ्या कोणाची काय गरज?

माया : झालं तुझं सुरु?

मुक्ता : आणखी तुला अजून एक बातमी सांगायची होती.

माया : काय?

मुक्ता : अंग माझा आज शेवटचा दिवस होता कामाचा.

माया : आभारी आहे तुझी , तुला वाटलं तरी मुलीबरोबर थोडं राहावं म्हणून. लग्न काही दिवसावर आलं आणि तू बघ इतक्या उशिरा सुट्टी घेतली.

मुक्ता : सुट्टी नाही ग, मी काम सोडलं.

माया : काय? अगं मग तू काय करशील, तुला नाही करमणार नंतर.

मुक्ता : मला प्रयत्न तर करुदे, खूप कंटाळली आहे मीपण रोज-रोजच्या त्या दगदगीला. मला जीवाला थोडा आराम पाहिजे आता. जरा स्वतःला वेळ द्यायचा आहे.

माया : काहीच हरकत नाही, फक्त तू जप स्वतःला, आता गीपण नसेन, कामही नसलं तर तू कंटाळशील. मला आता तुझी अजून चिंता वाटते बघ. कशी जाऊ मी सासरी अशा परिस्थितीत.

मुक्ता : तू नको काळजी करुस. थोड्या दिवसात कळेल ना मला, मला जर वाटलं मला नाही झेपणार तर, परत जॉईन करेन नोकरी, त्यांनाही आनंदच होईल.

माया : मग ठीक आहे.

मायाला मुक्ताचं वागणं थोडं चमत्कारिकच वाटलं, पण तिने गप्प राहणं पसंद केलं. तिला वाटलं आईने जर काही निर्णय घेतलाय तर तो योग्यच असेल. जरी तिची आई आज तिच्याबरोबर खोटं बोलत असेल तरी त्यालाही काही कारणच असेल. त्यामुळे काहीही न बोलता फक्त वाट पाहावी असं मायाला वाटलं. मुक्ता पूर्णवेळ मायाबरोबर घालवू लागली. तिचे खूप लाड करू लागली. बघता बघता मायाच्या लग्नाचा दिवस आला. माया एखाद्या राणीसारखी सुंदर दिसत होती. तिचा नवरा  मोह देखील तिला शोभेल असाच होता. सकाळी लवकरच लग्नाच्या विधींना सुरुवात झाली. माया खूपच अस्वस्थ झाली होती. तीच विधींमध्ये लक्ष लागत नव्हतं. सगळे नातेवाईक, सुदाननगरीतले कर्मचारी, डॉक्टर्स, वृद्ध, मुक्ताचे ऑफिसचे सहकारी, मायाचे सगळे मित्र मैत्रिणी. सगळ्यांनी विवाह स्थळ भरलं होत, पण मुक्ता त्या गर्दीमध्ये जणू काही अजून कुणाला तरी शोधत होती. तिला हवा असलेला चेहरा त्या गर्दीत तिला काही दिसत नव्हता. मंगलाष्टका झाल्या, सप्तपदी झाली. तरीही मुक्ताचे डोळे त्या गर्दीतून जर जर फिरत होते. आता तिचा विश्वासही ढळू लागला होता. ती निराश होऊन गेली, आणि रडवेली झाली. तोवर भडजींनी कन्यादानासाठी मुक्ताला बोलावून घेतलं. ती मायाजवळ चालत जाऊ लागली. तेवढ्यात तिने मायाला तिच्याकडे आश्चर्याने बघताना आणि नंतर आनंदाने हसताना बघितलं. मुक्ताला कळेनाच काय झालं. मुक्ताने वळून बघितलं तर तिच्या मागून प्रेमहि येत होता. मुक्तालाही खूप आनंद झाला. प्रेम मुक्ताबरोबर तिचा हात धरून मायाच्या जवळ गेला आणि त्याने संपूर्ण विधी पूर्ण केला. मायाने मोठ्या कौतुकाने मोह आणि सगळ्यांना प्रेमची ओळख करून दिली. प्रेम आधी सारखाच देखणा दिसत होता. त्याने पूर्ण काळजी घेतली होती कि आपल्यामुळे मुक्ता आणि मायाला

लाज नको वाटायला. मुक्ताने विधी चालू असतानाच सुरक्षाकर्मींना काही सूचना केल्या. लग्नाचा विधी पूर्ण झाला जेवणाला सुरुवात झाली इकडे मोह आणि मायाही स्वागत समारंभाच्या तयारीला निघून गेले. मुक्ताही पुन्हा गडबडीत व्यस्त झाली. सगळ्यांची पांगवापांगव झालेली बघून प्रेम हळूच काढता पाय घेण्याचा प्रयत्न करू लागला. तो मैदानाच्या एक्सिट जवळ पोहोचला आणि कुणाचं लक्ष नाही ना, याची खात्री करत निघू लागला. इतक्यात त्याला ३-४ शस्त्रधारी सुरक्षा रक्षकांनी घेरलं. आणि त्याला कुठे जायचं आहे का? याबद्दल विचारणा केली. प्रेम पुरता गडबडला त्याला हे अनपेक्षित होत. तो काहीबाही कारण देऊ लागला. पण ते सुरक्षा रक्षक त्याच्याभोवतीचा घेरा तसाच पुन्हा घेऊन मैदानात स्टेज जवळ गेले आणि प्रेमला तिथे सोडून पुन्हा मैदानात विखुरले गेले. प्रेमने मुक्ताकडे बघितलं. तिने त्याला एक रहस्यमयी स्मितहास्य दिले. प्रेमला यावरून कळून चुकले कि त्याची जुनी मुक्ता परत जागी झाली आहे आणि आता ती त्याला कुठेही जाऊ देणार नाही.

थोड्याच वेळात स्वागत समारंभ सुरू झाला, मायाला तर भरून पावलं होत, ती प्रेमला बघून खूप खुश झाली होती. तिच्या लग्नात का होईना पण आज आई, बाबा दोघेही एकत्र होते. तिला हेच हवं होत मागील कित्येक वर्ष. स्वागत समारंभ संपला. पाहुण्यांची रात्रीचीही जेवणं उरकली. आता निरोपाची वेळ आली होती. अजूनही प्रेमला निघण्याची संधी मिळाली नव्हती आणि कुठेतरी त्यालाही जायची इच्छा होत नव्हती. त्याला हा आपल्या परिवारासोबतचा वेळ मनात आत साठवून ठेवायचा होता, कारण आता पुन्हा तो माया आणि मुक्ताला कधीच भेटणार नव्हता. मुक्तालाही हे पक्क माहित होत, त्यामुळे ती आज प्रेमला जाऊच देणार नव्हती. तिनेही मनाशी निर्धार केला होता. मायाची निघायची वेळ आली, मुलगी कितीही मोठी झाली, शिकून डॉक्टर जरी झाली तरीही आपलं माहेर सोडताना ती भावुकही होतेच. त्याचप्रमाणे मायाही दुःखी झाली.

मुक्ता


लाही वाईट वाटत होत. पण मोहने माया आणि मुक्ता दोघींनाही समजावलं. प्रेम आणि मुक्ताला खूप बरं वाटलं, मायाची काळजी घ्यायला तिला हक्काचा माणूस भेटला होता आणि तो खरंच तिच्यावर खूप प्रेम करणाराही होता.

माया तिच्या सासरच्या मंडळींबरोबर गेली. मुक्ताही सर्वांची देणी देऊन सर्व आवरून घरी जायला निघाली. प्रेम तसाच खुर्चीत बसला होता, त्याला कुठे जायची परवानगी नव्हती. मुक्ता त्याच्याजवळ गेली त्याचा हात पकडून ती त्याला म्हणाली, "प्रेम चल घरी, खूप भटकलास इतकी वर्षें. आता बस कर"

प्रेम : मुक्ता, असं नको करुस, ऐक माझं. मी नाही येऊ शकत तुझ्याबरोबर. मी तुला सगळं काही सांगितलंय गेल्या वेळी, मला वाटलं तू समजून घेशील मला.

मुक्ता : प्रेम, आता या वयात मला नको रे छळू, मी खूप काही सहन केलय एकटीने. मला अजून नको त्रास देवूस.

प्रेम : (अगदी रडवेला होऊन) म्हणून तर म्हणतोय मी, जाऊदे मला. माझ्यामुळे तुला आयुष्यात फक्त त्रासच झालाय. तो मला अजून नाही वाढवायचा. मी खूप प्रेम करतो तुझ्यावरती, तुझा त्रास मला नाही सहन होत. मी एकटा कसाही जगू शकतो. पण तुला नाही मी अगतिक बघू शकत माझ्यासारख. तू आहेस तशीच मानाने रहा. माझ्याबरोबर आलीस तर पुन्हा बेइज्जत होऊन जगावं लागेल तुला. आणि मला नाही माहित तुझं किती नुकसान होईल माझ्यामुळे ते. विषाची परीक्षा नको घेऊस.

मुक्ता : तुला आठवत का?आपल्या लग्नाच्या वेळेलाही तू तयार नव्हतास, आणि आजही तू तयार नाही आहेस. पण मी तेव्हाही तुझं ऐकलं नव्हतं आणि आताही ऐकणार नाहीये. त्यामुळे तू मला विनाकारण काही सांगायच्या भानगडीत पडूच

नकोस. माझा निर्णय झालाय कि आपण आता एकत्र राहायचं बस. मला अजून काही ऐकायचं नाहीये तुझं.

प्रेम : किती हट्टी आहेस तू, पण मला तू जबरदस्ती करू शकत नाहीस. माझा इथून निघण्याचा निर्णय पक्का आहे. लग्नाच्या वेळेला मला जबरदस्ती करून आयुष्याचं किती नुकसान करून घेतलंस बघितलंस ना. कशाला पुन्हा तीच चूक करतेस?

मुक्ता : मी तेव्हाही चूक केली नव्हती आणि आजही करत नाहीये, जे काही झालं ते विसरून जा त्यात तुझी किंवा माझी कोणाचीच चूक नव्हती. माया जेव्हा झाली तेव्हा मी तिच्या भवितव्यासाठी थोडी घाबरली आणि तुला सोडून आले, मला माफ कर त्याबद्दल.

प्रेम :  माफी कसली, तुम्हाला चांगलं आयुष्य देण्यात मी अयशस्वी झालो असतो, तुला जी चूक वाटते ते माझ्यावर तुझं कर्ज आहे.

मुक्ता : मागचं सगळं विसर प्रेम, आता तरी आपण आपल्या संसाराची सुरुवात करूया. थोडी हिम्मत दाखव.

प्रेम : मुक्ता, मला हे सगळं नकोय असं नाही पण, माझा नाईलाज आहे. मला माफ कर.

मुक्ता : तू आमची काळजी नको करुस.  माया खूप मोठ्या घरात लग्न करून गेलीय. तीच कोणीही काही नुकसान करू शकत नाही. आणि माझं बोलशील तर माझ्याकडे आता गमवायला काहीच शिल्लक नाहीये. मी माझं जे काही होत ते सगळं मायाच्या नावावर करून टाकलंय. म्हणजे पुन्हा रस्त्यावर यायची वेळच नाही येणार. आणि जरी आली तरी चालेल मला पण आता तू पाहिजेस बरोबर.

प्रेम : मुक्ता, मला खरंच नाही कळतंय मी काय करू ते, मला खूप भीती वाटते ग.

मुक्ता : प्रेम, नको रे असं करुस. पण जर तुझी इच्छा नसेल तर खरंच मी नाही जबरदस्ती करणार तुला ह्या वेळेला.

प्रेम : असं काही नाही, पण मी कुठे घेऊन जाऊ तुला, मीच स्वतः मिळेल तिथे दिवस काढतो. तुला अशा परिस्थितीत, कसा कुठे नेऊ?

मुक्ता : तू मला कुठे नेऊ शकत नसशील तर, तू तरी येऊ शकतोस ना माझ्या बरोबर?

प्रेम : म्हणजे, कुठे जायचं आपण ?

मुक्ता : इथून १०० किलोमीटर वर मी एक २० एकर जागा घेऊन ठेवली आहे, शहरापासून लांब, जिथे अजून नेटवर्कंची पण सोय नाही आहे. तिथे जाऊन राहू शकतो आपण.

प्रेम : आणि तुझं काम मग? हे वृद्धाश्रम कोण बघेल सगळं?

मुक्ता : वृद्धाश्रम बघायला माया आहे कि, आणि कामाचं म्हणशील तर, अरे वय झालं माझं. किती वर्ष काम करत राहणार आहे मी? घेतली सेवानिवृत्ती.

प्रेम : चालेल मला मग, येतो मी तुझ्याबरोबर. पण जर माझ्यामुळे तुझं काही नुकसान होतंय असं मला वाटलं तर मी स्वतःला माफ करू शकणार नाही. आणि तेव्हा मी जो निर्णय घेईन तो शेवटचा असेल. तेव्हा तू मला कोणत्याच गोष्टीसाठी जबरदस्ती करायची नाहीस.

मुक्ता : मान्य आहे मला.

प्रेम : कधी निघायचं मग?

मुक्ता : तू निघ आताच, मी तुला गाडी पाठवते, माझे लोक आहेत तिथे आधीपासूनच, मी मागून येईन, कारण मायाच्या काही विधी बाकी आहेत लग्नानंतरच्या त्या मला कराव्या लागतील. त्या पूर्ण करून येतेच मी लगेच.

प्रेम ला मुक्ताने पुढे पाठवून दिल. माया लग्नानंतर पाच परतावणीला माहेरी आली. मुक्ताने तीच सगळं काही विधियुक्त केलं. आणि तिला सगळा घडलेला प्रकार सांगितला. माया खूप खुश झाली कारण तिचे आई बाबा हेही तिच्या संसाराबरोबरच नवा संसार सुरु करणार होते. मायाला तिच्या प्रश्नांची उत्तर मिळाली होती. तिला कळलं होत कि आईने इतक्या लांब जमीन घ्यायची घाई का केली, आणि का तिने सेवानिवृत्तीचा निर्णय घेतला ते. पण राहून राहून तिलाही एक प्रश्न सतावत होता आणि तिने तो विचारलाच.

माया : आई, इतकी सगळी तयारी करून जर बाबा तयार नसते झाले, तर काय केलं असतं तू ?

मुक्ता : खरं सांगू का, मला पूर्ण खात्री होती कि प्रेम तयार होईलच म्हणून, पण जर तो नाही बोलला असता तर मात्र मी, थोड्या दिवसांना ब्रेक घेऊन पुन्हा काम चालू केलं असत.

माया : आई, पण इतक्या लांब तुम्ही राहणार, तुमची खुशाली मला कशी कळेल, आणि तिथे काही आपत्कालीन सुविधा नाही आहे, त्याच काय?

मुक्ता : पहिल तर तू आमची काळजी करू नकोस, तिथून जवळच्या शहरात येऊन आठवड्याला तुला मी फोन करेन खुशालीचा आणि आपत्कालीन

सुविधांचं जर बोलशील तर करेन मी काहीतरी. इतक्यात अजून विचार नाही केला त्याबद्दल. आणि कुठे लांब आहे महिन्याला चक्कर मारा कि तुम्हीही.

माया : नक्कीच, पण मला मागे खूप मोठी जबाबदारी देऊन जातेस तू, बरं का , कशी बघणार आहे मी इतकं सगळं?

मुक्ता : नको काळजी करुस, गोखले काका काकू आहेत, आशा मावशी आहे, ते घेतील सगळं सांभाळून. आणि हो आजी – बाबांची आणि सगळ्यांचीच काळजी घे. त्या बरोबर तुझी नवीन नाती पण सांभाळ. लक्षात ठेव प्रेमानेच प्रेम वाढत, आणि कोणावर प्रेम केल्याने कधीच काही नुकसान होत नाही. देवाने बनवलेली कोणतीच भावना वाईट नाही. सगळ्या भावनांना मान आणि वेळ दोन्ही दे. आयुष्य खूप सुंदर आहे, त्याचा पुरेपूर उपभोग घे.

मायाच्या विधी झाल्यावर मुक्ता लगेचच प्रेमकडे निघाली. मायाही एक महिन्याच्या सुट्टीनंतर पुन्हा कामावर रुजू झाली, आता तिची जबाबदारी अजून वाढली होती. मुक्काने आपल्या मागे काहीही बिघडणार नाही, कुणाचीही गैरसोय होणार नाही याची पूर्ण काळजी घेतली होती. मुक्ता आणि प्रेम यांचा सुखाचा संसार पुन्हा सुरु झाला. दोघेही मोठ्या आनंदाने राहू लागले. रोजच्या लागणाऱ्या भाज्या, कडधान्ये, धान्ये ते जवळपासच्या त्यांच्या जमिनीमध्येच निर्माण करू लागले. त्यांच्या जमिनीतून सुंदर नदीही जात होती त्यामुळे त्यांना लगेचच सुबत्ता प्राप्त झाली.  त्याचबरोबर ते कोंबडी, गाय, बैल, कुत्री यांचंही मोठ्या प्रेमाने पालन पोषण करू लागले. प्रेम गावोगावी फिरून अनेक गोष्टीत तरबेज झाला होता प्रत्येक गोष्टीत त्याने छोटी मोठी अनेक उपयोगी उपकरणेही बनवली होती ज्याने त्यांना दैनिक गरजांमध्ये खूप मदत होत असे. त्यांना वरचेवर भेटायला त्यांची सुदाननगरीची मंडळीहि येत असत. मुक्ताने जवळच एक

हॉस्पिटल आणि शाळाही स्थापन केली. ज्याने इथेही लोकांची सोय होईल.
काही वर्षांनी दामले काका वारल्यानंतर गोखले दाम्पत्य आणि मुक्ताचे आई
वडीलही मुक्ताबरोबर रहायला आले. त्यांचे आयुष्य सुखात चालले होते,
इतक्यात प्रेमला एक पत्र आलं, सगळे खूप चिंतीत झाले. प्रेमदेखील घाबरला
त्याने हिम्मत करत पत्र वाचायला सुरुवात केली. ते पत्र होत "धनाजी वाकडे"
यांचं. प्रेमच्या पायाखालची जमीन सरकली कारण ज्या माणसापासून तो पळत
होता त्याला कळलं होत प्रेम पुढे आहे ते. प्रेमला कळतंच नव्हत काय करावं
आणि आता मुक्तावर परत काय संकट येईल याची त्याला कल्पनाच करवत
नव्हती. प्रेमने पत्र वाचायला सुरुवात केली.

"प्रिय प्रेम यास,

        आपला काका धनाजी वाकडे यांचा शुभाशिर्वाद, माझे खूप जवळचे
स्नेही कित्येक वर्षे आपल्या पत्नीच्या "सुदान नगरी" या वृद्धाश्रमात राहत
आहेत. त्यांच्याकडून मला आपली सर्व माहिती कळाली. माझ्यामुळे
आपल्याला आणि आपल्या संपूर्ण परिवाराला जो त्रास झाला त्याबद्दल मला
माफ करा. जो काही माझा आणि आपल्या वडिलांमधला व्यवहार होता.
त्यामध्ये मला खूप नुकसान भोगावे लागले, त्यामुळे मी रागाच्या भरात
आपल्याशी खूप क्रूरपणे वागलो. खरं पाहता मी तुम्हाला तुमच्या वडिलांच्या
पश्चात आधार द्यायला हवा होता, कारण आम्ही खूप जवळचे मित्र होतो. असो
जे झाले ते आता पुन्हा गिरवण्यात अर्थ नाही. माझ्या स्वार्थीपणामुळे तुमची
आयुष्याची घडी इतकी उध्वस्त होईल याची मला तिळमात्रही जाणीव नव्हती.
मला माफ करा. इथून पुढे माझ्या आणि माझ्या परिवाराकडून तुम्हाला काहीही
त्रास होणार नाही याची मी काळजी घेईन. तुम्हाला तुमचे सुखी जीवन पुन्हा प्राप्त
होवो हीच ईश्वर चरणी प्रार्थना.

आपला

धनाजी वाकडे "

प्रेमच्या जीवात जीव आला, त्याला ते पत्र वाचून आनंदाश्रू आले, न्यायालयातून निर्दोष सुटलेल्या निरपराध माणसाला जितका आनंद होईल तितका आनंद झाला होता प्रेमला. आता स्वतःच अस्तित्व लपवण्याची काहीच गरज नव्हती याचा आनंद तर होता, पण मागे वळून बघितल्यावर  न भरून येणार नुकसानही आठवत होत. तो त्याच्या परिवाराचा अपराधी होताच. त्याबद्दल काहीच करता येणार नव्हतं. तो हमसून हमसून रडू लागला. मुक्ता त्याच्या जवळ गेली त्याचा हात तिने हातात घेतला पण तिने त्याला अडवलं नाही, कारण आज प्रेमला मोकळं होऊ देणं गरजेचं होत. इतक्या वर्षांचा त्याचा त्रास आज संपला होता. मुक्ताबरोबर माया तरी होती. पण प्रेमने मात्र हा प्रवास अखंडपणे एकट्यानेच बिना संयम तोडता पूर्ण केला होता. त्याला किती त्रास झाला असेल इतकी वर्षे याची कल्पनाही करता येऊ शकत नव्हती.

थोड्या वेळाने प्रेम शांत झाला.

प्रेम : मीच का?

मुक्ता : प्रेम, मागे वळून बघ, आपलं नुकसानही झालं आहे ह्या सगळ्यामुळे. पण आपली मिळकत हि कमी नाही. आपल्याला आपला संसार करता आला नाही. पण आज आपल्यामुळे किती संसार सुखात चाललेत तेही बघ.  आपल्याला तिघांना एकत्र परिवार म्हणून राहता आलं नाही. पण आज आपला परिवार किती मोठा आहे तेही बघ. इतकं सगळं आपल्याला कधीच मिळवता आलं नसत, जर

आपली परिस्थिती अनुकूल असती, आणि जेव्हा आपण प्रतिकूल परिस्थितीत जगतो तेव्हाच आपल्याला आर्थिक, सामाजिक, अध्यात्मिक प्रगती करायचा मार्ग मिळतो. शेवटी जे झालं ते आपण बदलू शकत नाही. त्याचा स्वीकार करून आनंदात तर जगू शकतो ना. आणि किती लोक या प्रवासात आपल्याला भेटले आणि प्रत्येक जनाने किती भरभरून आपल्याला दिल. जर आपण आपला अपेक्षित मार्ग सोडला नसता तर हे इतके किंमती लोक कसे भेटले असते. आणि शेवटी, जे कोणी आपल्याला भेटतात ते आपलेच कोणी तरी असतात हेही कसं विसरून चालेल. कधीतरी आपण कुणाला काही तरी दिलेलं असत ते आपलं दिलेलं दान परत द्यायला आपल्या आयुष्यात येतात. तर काहींचं आपण देणं लागतो ते आपल्याकडून ते घ्यायला परत येतात. ही आपलीच कर्मे असतात जी आपल्याला भेटतात. कधी या जन्माची तर कधी आधीच्या. एकूण काय आपण फक्त कर्म करू शकतो त्याचा परिणाम, त्याची वेळ हे सर्व देणारा तो आहे, त्यामुळे आपण अति विचार न करता फक्त कर्म करत राहणं तेवढं करू शकतो. जे झालं ते सगळं विसरून, पुन्हा नव्याने आपल्या मार्गावर चालू. काय माहित अजून खूप सारी कार्ये शिल्लक असतील आपली वाट बघत.

प्रेम : माझी मुक्ता खरंच मोठी झाली.

मुक्ता : नुसती मोठी नाही गहातारीही झाली.

दोघंही हसून पुन्हा आपल्या कामाला लागतात, आणखी जोमाने.

मुक्तिला हृदय विकाराचा तीव्र झटका येण्यापूर्वी मुक्ताच्या आयुष्यात एक प्रसंग आला होता, जो किती कधीच विसरूनही गेली होती, रस्त्यात एक

# भेट एक वळण

भीषण अपघात झाला होता, मुक्ता तेव्हा ऑफिस मधून घरीच चालली होती. इतर प्रत्यक्षदर्शी प्रमाणे तीदेखील अपघातग्रस्तांच्या मदतीसाठी सरसावली. तिने त्या अपघातात अनेकांना जीव गमावताना पाहिलं, अनेकांचे तिने प्राणही वाचवले. त्याच अपघातात तिची भेट झाली ती "सुदाम पवार" या इसमाबरोबर. पण दुर्दैवाने तोही अपघात स्थळीच मरण पावला. सुदाम यांना, त्यांच्या आयुष्यात भेटलेली शेवटची व्यक्ती म्हणजे मुक्ता. सुदाम यांनी मुक्ताकडे वेदनेने विव्हळत पाण्याची मागणी केली, मुक्ताने देखील त्यांना पाणी देऊ केले. तेव्हा ते मुक्ताला म्हटले होते, "मला इतक्यात मारायचं नाही ग, माझी खूप कामं बाकी आहेत. खूप लोकं माझी वाट बघत आहेत", तेव्हा मुक्तानेही त्यांना धीर देत समजावण्याचा प्रयत्न केला. पण दैवाने काही वेगळंच ठरवलं होत. पुढे देवदूतही सुदामचा चेहरा घेऊनच मुक्ताला भेटायला आले होते, ज्याचे उर्वरित कार्य मुक्ता पुढे करणार होती, कारण कि हाच तर तो गोखले काकांचा मित्र होता ज्याच्यासाठी काकांनी वृद्ध सेवेचा वसा घेतला होता. आणि काकांना मदत म्हणून मग मुक्तानेही स्वतःला त्यात झोकून दिल होत. हा सुदाम म्हणजे तेव्हाचा पल्ली राजाला विषप्रयोग करून मारणारा व्यक्ती होय, कदाचित सुदामच्या आयुष्यात येऊन त्याला राजाची तेव्हाची व्यथा कळली असेल. म्हणून मग राजानेही त्या जन्मामध्ये राहिलेली आपली लोकोध्दाराची कामे पुन्हा हाती घेतली.

म्हटलं तर किती गुंता गुंतीचं किंवा किती सरळ असतं ना आयुष्य. प्रत्येक प्रश्नाची उत्तर, हि आपल्याला वेळ आल्यावर मिळतातच. आपल्या

आयुष्यात भेटणारा प्रत्येक व्यक्ती हा काही कारणासाठीच येतो आणि एखादं वळण देऊन जातो.

# लेखिका परिचय

नमस्कार, माझं नाव पल्लवी रुपेश चव्हाण, मी मूळची मुंबईची असून, पुणे नगरीमध्ये आपल्या परिवारासोबत रहात आहे. मी गेली एक तप माहिती तंत्रज्ञान क्षेत्रात पूर्ण वेळ कार्यरत आहे. हे लेखिका म्हणून माझं पाहिलंच पुस्तक आहे. तरी तुम्ही सगळ्यांनी याचा स्वीकार केला याबद्दल आपले कृतज्ञापूर्वक आभार. कृपया आपल्या सूचना आणि अभिप्राय writetoauthorpallavi@gmail.com या ई-मेल वर कळवणे.

धन्यवाद